D1763587

எந்தவோர் அங்கீகாரமும் இல்லாத, பெண்களின் நேரத்தையும் சிந்தனையையும் உறிஞ்சிவிடக்கூடிய, திரும்பத் திரும்ப நிகழ்ந்துகொண்டே இருக்கிற வீட்டுவேலைகளை எலனர் பெரிதும் வெறுத்திருக்கிறார். தன் அன்னையைப்போலவே தானும் ஆகிவிடக்கூடாதெனக் கருதியிருக்கிறார். இதன் பெயர் பொறுப்பின்மை அல்ல. வீட்டின் பொருளாதார நிலையை உயர்த்துவதற்காக பதினெட்டு வயதிலேயே கதைகள் எழுதி சம்பாதிக்கத் தொடங்கியதும் இதே எலனர்தான்!

மேரி வில்கின்ஸ் ஃபிரீமேன் கதைகள்

தமிழில்: கமலி பன்னீர்செல்வம்

Mary Wilkins Freeman Kathaigal

Tamil Translation
Kamali Pannerselvam

ஹெர் ஸ்டோரிஸ் ஆசிரியர்கள்

நிவேதிதா லூயிஸ், சஹானா & வள்ளிதாசன்

நூல் வடிவமைப்பு

UK Designs உதயா

வெளியீடு

ஹெர் ஸ்டோரிஸ்

81, நான்காவது நிழற்சாலை, அசோக் நகர் (ஈக்விடாஸ் வங்கிக்கு அடுத்த வீடு / ஆவின் & மசூதி எதிரில்) சென்னை - 600083

🌐 www.herstories.xyz | 📞 +91 75500 98666 ✉ strong@herstories.xyz

நூல்களைப் பெற:+91 96003 98660

🌐 www.booksforwoman.com

உருவாக்கம்

கலைடாஸ்கோப், சென்னை 📞+91 9840969757

HS books # 0116

முதல் பதிப்பு 2024

ISBN 978-93-48641-06-9

₹ 225

மேரி வில்கின்ஸ் ஃபிரீமேன் கதைகள்

தமிழில்
கமலி பன்னீர்செல்வம்

HER Stories

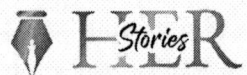

என்னுரை

அமெரிக்க எழுத்தாளரான மேரி எலினார் வில்கின்ஸ் ப்ரீமேன் அக்டோபர் 31, 1852இல் பிறந்து, 1930 மார்ச் 15 அன்று 77 வயதில் மாரடைப்பால் காலமானார். இளம் வயதில் நிறைய கடினமான சூழல்களை எதிர்கொள்ள வேண்டியிருந்தது. முதலில் ஆசிரியராக முயற்சி செய்து தோல்வியடைந்தார். அவரின் தங்கை இறக்க, தந்தையின் வியாபாரம் நஷ்டமடைய, தாய் வீட்டுப் பணிப்பெண்ணாக வேலை செய்ய வேண்டிய நிலை வந்தது. வறுமை அவர் வாழ்வில் பல அவமானங்களைச் சந்திக்கச் செய்தது. தந்தையின் மரணத்துக்குப் பிறகு தனது பள்ளிப்பருவத் தோழியின் ஊருக்குத் திரும்பினார். எழுத்தின் மூலம் வரும் வருமானம் மட்டுமே ஆதாரம் என்கிற நிலையில் எழுத தொடங்கினார்.

அமெரிக்காவின் புகழ்பெற்ற ஹார்ப்பர்ஸ் நியூ மாதாந்திர பத்திரிகையில் இவரின் கதைகள் இடம்பெற்றன. நாகரிகம் கபளீகரம் செய்யத் தொடங்கியிருந்த கிராம வாழ்வியலின் யதார்த்தத்தைப் பேசியதால் இவரின் கதைகள் பலரின் கவனத்தையும் பாராட்டையும் பெற்றன.

கிட்டத்தட்ட 15 சிறுகதைத் தொகுப்புகள், 50க்கும் மேற்பட்ட தொகுக்கப்படாத சிறுகதைகள், கட்டுரைகள், 14 நாவல்கள், 3 நாடகங்கள், 3 கவிதைத் தொகுப்புகள், 8 குழந்தைகள் கதைத் தொகுப்புகள் என எழுதிக் குவித்துள்ளார்.

மதக்கட்டுப்பாடுகள் அதிகம் உள்ள குடும்பத்தில் பிறந்து வளர்ந்த இவரின் கதைகள் பெரிதாகப் பெண்ணியம் குறித்தோ பெண் உரிமை குறித்தோ பேசவில்லை என்றாலும், அமெரிக்காவில் உள்ள நியூ இங்கிலாந்து கிராமங்களில் வாழ்ந்த அக்காலப் பெண்களின் வாழ்வியலைப் பதிவு செய்துள்ளன. பெண்களின் அவலநிலை, மத நம்பிக்கைகள், மதக்கட்டுப்பாடுகளால் ஏற்படும் பெண்களின் துயரத்தைப் பேசுகிறது. மத ஒழுக்கத்தைக் கண்டிப்பாகக் கடைப்பிடிக்கும் பெண்கள் தங்கள் மகிழ்ச்சிக்குத் தாங்களே தடையாக இருப்பதை நகைச்சுவையான பெண் கதாபாத்திரங்கள் மூலம் சித்தரித்தார். திருமண வயது தாண்டியும் திருமணமாகாத பெண்கள் எதிர்கொள்ளும் சிக்கல், 19-ம் நூற்றாண்டின் திருமணம் பெண்களை ஒடுக்கியது குறித்தும் அதிகம் எழுதியுள்ளார். அவரின் கதைகள் பலவும் சாந்தமாக உள்ள வீட்டுப்பெண்கள் உருவாக்கும் கிளர்ச்சியையும் யதார்த்தத்தையும், அந்தக் கிராமிய வட்டார வழக்கையையும் பேசுகின்றன.

தனது 49-வது வயதில் திருமணம் செய்துகொண்ட இவருடைய திருமண வாழ்க்கை தோல்வியில் முடிந்தது. ஆனால் அது அவரின் எழுத்தைச் சிறிதும் பாதிக்கவில்லை. இவருக்குச் சிறந்த புனைகதை எழுத்துக்காக, 1926 American academy of letters வழங்கிய மதிப்புமிக்க 'வில்லியம் டீன் ஹோவல்ஸ் தங்கப் பதக்கம்' கிடைத்தது.

****

பெண்ணின் வாழ்வியலை, நுட்பமான உணர்வுகளை, உரிமைகளை, ஒடுக்குதலைப் பேசும் பெண் எழுத்தாளர்களின் க்ளாஸிக் கதைகள் மீது எனக்கு அதிக ஈர்ப்பு உண்டு. கொரோனா காலக்கட்டத்தில்தான் க்ளாஸிக் பெண் எழுத்தாளர்களைத் தேடித் தேடி வாசிக்கத் தொடங்கினேன். அதில் என்னை ஈர்த்த பெண்களின் படைப்புகளை நான் வாசித்துப் புரிந்து கொண்ட வகையில் அதன் சாரம் மாறாமல், எனக்குத் தெரிந்த தமிழில்

வாசகர்களுக்குத் தரும் முயற்சிதான் இந்த மொழிப்பெயர்ப்பு கதைகள். அமெரிக்க எழுத்தாளரான கேட் சோப்பின் கதைகளை ஏற்கெனவே மொழிபெயர்த்திருக்கிறேன். அவரின் கதையில் பிரெஞ்சு மொழியின் தாக்கம் அதிகமாக இருந்தது. ஆனால் மேரி வில்கின்ஸ் கதைகள் colloquial Slang அதாவது அமெரிக்கக் கிராமப்புறங்களின் வட்டார வழக்கில் இருந்ததால் மொழிப்பெயர்ப்பு சற்றுக் கடினமாகதான் இருந்தது. British English வழி படித்த நமக்கு அமெரிக்க ஆங்கிலம் அதுவும் colloquial slang கடினமாக இருந்தாலும், அதை மொழிப்பெயர்த்து முடித்தவுடன் வந்த மனநிறைவு அலாதியானது.

நான் எனக்குப் பிடித்த அவரின் ஐந்து குறுங்கதைகளை மொழிபெயர்த்திருக்கிறேன்.

நியூ இங்கிலாந்தின் கன்னியாஸ்திரி குறுங்கதை, இளமையில் தனிமைக்குத் தன்னை ஒப்புக்கொடுத்து அதில் ஆத்மநிறைவடைந்த ஓர் இளம் பெண் திருமண வாழ்க்கைக்குள் நுழைவதற்கு எதிர்கொள்ளும் மனசிக்கல்கள் குறித்துப் பேசுகிறது. எளிய காதல் கதை, ஒன்றுமே தெரியாத ஒரு வழிப்போக்கனைத் திருமணம் செய்து அவனே உலகம் என்று இயங்கும் பெண் சட்டெனத் தனியாக வாழ்வை எதிர்கொள்ளும் சூழலில் அந்த அப்பாவி பெண் என்ன மாதிரி விஸ்வரூபம் எடுத்து இவ்வுலகை எதிர்கொள்கிறாள் என்பதைப் பேசுகிறது.அன்புக்கு ஏங்கும் குழந்தையின் மனம், கனிவான பேயிடம் தஞ்சமடைவதையும், அன்பு கிடைத்தவுடன் பேய் மறைந்து போவதையும் பேசுகிறது. சில முக்கிய நிகழ்வுகளுக்கெனச் சில பிரத்யேக ஆடையை அணிந்து செல்லும் முறை இருக்க, ஒரு வீட்டில் வசிக்கும் சகோதரிகள் எப்படித் தங்களுக்குள்ளாக அந்த ஆடையை மாற்றி மாற்றி உபயோகிக்கின்றனர். அவர்கள் எதிர்கொள்ளும் விநோதமான சிக்கல்கள், ஒரு காலத்தில் அந்தஸ்தாக இருந்தாலும், ஏழ்மையில் அதனை விட்டுக் கொடுக்க முடியாமல், பக்கத்துவீட்டுப் பெண்ணின் ஆற்றாமை, பொறாமை எனப் பல நுண்ணுர்வுகளை 'விசேஷசத்துக்கான ஆடை' எனும் கதை பேசுகிறது, 'ஒரு மோதல் முடிவுக்கு வந்தது' கதையோ இரு காதலர்களுக்கு இடையான பிரிவுக்குப் பின்னான இணைவைப் பேசுகிறது.

இந்த க்ளாஸிக் மொழிப்பெயர்ப்பு நூலுக்கு அணிந்துரை எழுதித் தர சுபத்ராவைக் கேட்டவுடன், தனது கடினமான எழுத்துப் பணிகளுக்கிடையிலும் சம்மதித்தது மிகுந்த மகிழ்ச்சியை அளித்தது. அணிந்துரையாக மட்டும் அல்லாமல், ஒரு கதையில் நான் செய்திருந்த தவறை மூலத்துடன் ஒப்பிட்டுக் சுட்டிக்காட்டினார். அவர் கூறிய பின்னர் மீண்டும் வாசிக்கத் தவறு புரிந்தது. ஒவ்வொரு கதையும் பொறுமையாக வாசித்து, கதைகள் குறித்தும் பெண்ணுலகம் குறித்தும் அழகாகத் தனது அணிந்துரையில் எழுதிய மொழிப்பெயர்ப்பாளர் சுபத்ராவுக்கும், இந்த மொழிப்பெயர்ப்பு நூல் வெளிவரக் காரணமாக இருந்த ஹெர் ஸ்டோரிஸ் பதிப்பகத்தின் வள்ளிதாசன் தோழருக்கும், நிவேதிதா லூயிஸ் தோழருக்கும், எனக்குப் பக்கபலமாக இருக்கும் என் குடும்பத்தாருக்கும், தனது நேர்மறை எண்ணங்களாலும், ஆற்றலாலும் என் வாழ்வில் நிறைய மாற்றங்களுக்குக் காரணியாக இருப்பதுடன் என்னைத் தொடர்ந்து எழுத ஊக்குவித்துக் கொண்டிருக்கும் கீதா இளங்கோவன், வாசிப்பில் என்னை வெவ்வேறு தளங்களுக்குப் பயணிக்க வைத்த விஜய பாஸ்கர் விஜய், க்ளாஸிக் மொழிப்பெயர்ப்பு கதைகள் தேர்ந்தெடுக்கக் காரணமாக இருந்த வசந்த் ஆதிமூலம் உள்ளிட்ட அத்தனை தோழமைகளுக்கும் என் மனமார்ந்த நன்றியைத் தெரிவித்துக்கொள்கிறேன்.

கமலி பன்னீர்செல்வம்

அணிந்துரை

புகழ்பெற்ற அமெரிக்கக் கவி மேரி ஆலிவர், தன் A Dream of Trees கவிதையில், "மரங்களைப் பற்றிக் கனவு காண்கிற, வாழ்விலிருந்து விலகி தனிமைக்குள் சென்று கவிதை படைக்க விரும்புகிற மனம் ஒன்று என்னுள் இருக்கிறது. ஆனால் அங்கனம் செய்வது மரணத்திற்கு ஒப்பானது. நமது படைப்புகள் வாழ்விலிருந்து எழுபவையாக, வாழ்வின் துயரங்கள் குறித்துப் பாடுபவையாக இருக்க வேண்டும்" என்கிறார்.

மேரி எலனர் வில்கின்ஸ் ஃப்ரீமேனின் கதைகள் அப்படியானவை. பத்தொன்பதாம் நூற்றாண்டுப் பெண்களின் - குறிப்பாக பொருளாதாரத்தில் பின்தங்கியவர்கள் - உலகை நம் கண்முன் எடுத்து வைப்பவை. இவரது கதைப் பெண்கள் சிறுவயதிலேயே வீட்டு வேலைக்கு அழைத்துச் செல்லப்பட்டவர்களாக, ஒரே ஒரு ஆடையை விசேஷங்களுக்கு ஒருவர் மாற்றி ஒருவர் அணிந்து செல்லும் சகோதரிகளாக இருக்கிறார்கள். மேலும் இப்பெண்களில் பலர் வெவ்வேறு காரணங்களால்

திருமணம் தள்ளிப் போய் நீண்ட காலம் தனித்து வாழ்பவர்களாக இருக்கிறார்கள். Ms. D என்கிற தோழிக்கு 56 வயதில் எழுதிய கடிதத்தில், "I am here in the haunt of my spinsterhood" எனக் குறிப்பிடுகிறார் எலனர். அது அவரது கதைகளிலும் வெளிப்படுகிறது. இத்தொகுப்பின் இரண்டு கதைகளில் வரும் பெண்கள், கிட்டத்தட்ட இருபது ஆண்டுகள் தமது நாயகர்களுக்காகக் காத்திருக்க நேரிடுகிறது. இறுதியில் திருமணத்திற்கான நகர்வுகள் துவங்கும்போது, 'வீட்டிலுள்ள பொருட்களையே மணமுடித்து இவற்றுடனே வாழ்ந்துவிட்டேன் நான். எனக்கென்று ஒரு வாழ்க்கை முறை அமைந்துவிட்டது இனி இந்த வயதில் இதில் இன்னொருவர் இடைபடுவது எனக்கு நிஜமாகவே மகிழ்ச்சியைத் தருமா" என யோசிக்கிறார்கள். எலனரும் கிட்டத்தட்ட தன் ஐம்பது வயதுவரை மணமுடிக்காமல் இருந்தவர்தான்.அதன் பிறகான திருமணமும்கூட விரைவிலேயே முறிந்துவிட்டது இப்படித் தனக்கென ஓர் உலகை உருவாக்கி அதற்குள் வாழ்கிறவர்களாக இருக்கிறார்கள் இவர்கள்.

மேலும் எந்தவோர் அங்கீகாரமும் இல்லாத, பெண்களின் நேரத்தையும் சிந்தனையையும் உறிஞ்சிவிடக்கூடிய, திரும்பத் திரும்ப நிகழ்ந்துகொண்டே இருக்கிற வீட்டுவேலைகளையும் எலனர் பெரிதும் வெறுத்திருக்கிறார். தன் அன்னையைப்போல் தானும் ஆகிவிடக்கூடாதெனக் கருதியிருக்கிறார். இதன் பெயர் பொறுப்பின்மை அல்ல. வீட்டின் பொருளாதார நிலையை உயர்த்துவதற்காக பதினெட்டு வயதிலேயே கதைகள் எழுதி சம்பாதிக்கத் தொடங்கியதும் இதே எலனர்தான். இந்தக் கூறுகளும்கூட இவரது கதைகளில் வெளிப்படுகின்றன.

கதை நிகழும் களங்களைப் பொறுத்தவரை இவரது கதைகள் Local colors என்கிற வகைமையின்கீழ் வருகின்றன. அதாவது ஒரு குறிப்பிட்ட வட்டார/சமூக வாழ்வியலை மையமாகக் கொள்வது. வடகிழக்கு அமெரிக்காவின் ஆறு மாகாணங்களை உள்ளடக்கிய நியூ இங்கிலாந்து நிலப்பரப்பின் கிராமங்களை அடிப்படையாகக் கொண்டவை எலனரின் கதைகள். மொழிபெயர்ப்புகளின் மூலம் நாம் நமது மொழிக்கு எடுத்து வருபவை வெறும் கதைகள் மட்டுமல்ல;

மூலமொழியின் பண்பாடு, கலாசாரம், வாழ்வியல் என ஏராளமானவை நமக்குக் கடத்தப்படுகின்றன: நியூ இங்கிலாந்தின் தினசரி வாழ்வில் மதம்செலுத்திய ஆதிக்கம்; அங்கிருக்கும் பூக்கள், காலநிலை, ஆடைகள் குறித்த அழகிய வர்ணனைகள்; பொருளாதார ஏற்றத்தாழ்வுகள் ஒருவர் மனதிலும் நடவடிக்கைகளிலும் உண்டாக்கக்கூடிய அழுத்தம்; பத்தொன்பதாம் நூற்றாண்டு தொழிற்புரட்சியின் சிறுசிறு அடையாளங்கள் (விவசாயத்திற்கு டிராக்டர்கள் பயன்படுத்தப்படுவது, நகரத்திற்குச் சம்பாதிக்கச் செல்வது); அவர்களது பேச்சுவழக்கு என ஏராளமானவை இக்கதைகளின் அங்கங்களாய் உள்ளன.

குறிப்பாக, அலைபேசி, சமூக வலைதளங்கள் உள்ளிட்ட தொலைதொடர்பு சாதனங்கள் இல்லாத அக்காலத்தின் அமைதி இன்றைய காலகட்டத்தில் வாழும் நமக்கு லேசான ஏக்கத்தையும்கூடத் தந்துவிடுகிறதெனலாம்! பதற்றமற்றதாகத் தெரிகிறது அக்காலத்தைய வாழ்வு!

எலனரைத் தமிழுக்குக் கொணர கமலி பன்னீர்செல்வம் அவர்கள் எடுத்த முடிவு குறிப்பிடத்தக்கது. முடிவற்ற சாலைபோல் நீளும் தனிமையைக் கொண்ட இக்கதைமாதர்களின் வாழ்வு அவர்களது நம்பிக்கையை மட்டுமே ஆதாரமாகக் கொண்டுள்ளது. வாழ்க்கையை, அதன் நிகழ்வுகளை அப்படியே ஏற்றுக்கொள்கிறவர்களாய் அவர்கள் தோன்றினாலும், முடிவெடுக்கவேண்டிய சூழல்களில் அவர்கள் வெளிப்படுத்தும் மன உறுதி மலையளவு பெரிது. ஏமாற்றங்களை எதிர்கொள்வதில் அவர்கள் வெளிப்படுத்தும் கண்ணியமும் தங்களது நிலைப்பாடுகளில் அவர்கள் ஊன்றி நிற்கும் இயல்பும் வியப்பளிப்பது, சிறந்த வாசிப்பனுபவத்தைத் தரும் இக்கதைகளைத் தேர்வு செய்து சிரத்தையாய்த் தமிழுக்குக் கொணர்ந்த கமலி பன்னீர்செல்வம் அவர்களுக்கு எனது மனமார்ந்த வாழ்த்துகளும் பாராட்டுகளும்.

இல. சுபத்ரா

உள்ளே...

1. நியூ இங்கிலாந்தின் கன்னியாஸ்திரி 12
2. எளிய காதல் 36
3. ஒரு கனிவான பேய் 74
4. ஒரு விஷேசத்துக்கான ஆடை 102
5. ஒரு மோதல் முடிவுக்கு வந்தது! 126

நியூ இங்கிலாந்தின் கன்னியாஸ்திரி

அது ஒரு பின் அந்தி மாலைப் பொழுது. வெளிச்சம் குறைந்து கொண்டிருந்தது. முற்றத்தில் விழுந்த மர நிழலின் தோற்றத்தில் வித்தியாசம் தெரிந்தது. எங்கோ தூரத்தில் இருந்து மாடு கத்தும் ஒலியும், அதன் கழுத்தில் கட்டியிருந்த மணியின் ஓசையும் சன்னமாக ஒலித்தன.

பண்ணை வேலைகளைச் செய்யும் ஒரு வண்டி இப்படியும் அப்படியுமாகச் சாய்ந்தவாறு சென்றதில், மண்ணில் இருந்து தூசி பறந்தது. நீல நிற ஷர்ட்டுகள் அணிந்திருந்த கூலியாட்கள், தோள்களில் மண்வெட்டிகளுடன் மெல்ல நடந்து சென்றனர். வீசிய மென் காற்றில் மக்களின் முகங்களுக்கு முன்பாக ஈக்கள் கூட்டம் மேலேயும் கீழேயும் நடனமாடிக் கொண்டிருந்தன. எல்லாவற்றிற்கும் மேலாக ஒரு சின்ன பரபரப்பு எழுவதாகத் தோன்றியது - ஒய்வான அமைதியான இரவுக்கான முன்னறிவிப்பு.

தினசரி காணும் இந்த மென் பரபரப்பான காட்சி லூயிசா எல்லிஸிடமும் இருந்தது. அவள் மதியம் முழுவதும் தனது அறையின் ஜன்னலருகே உட்கார்ந்தவாறு அமைதியாகத் தையல் போட்டுக் கொண்டிருப்பாள். பின் அவள் வேலை செய்து கொண்டிருந்த துணியிலேயே ஊசியைக் கவனமாகக் குத்தி வைத்துவிட்டு, அதைத் துல்லியமாக மடித்து, அவள் விரல் கவசம், நூல் மற்றும் கத்தரிக்கோலுடன் ஒரு கூடைக்குள் வைப்பாள்.

லூயிசா எல்லிஸ் தனது வாழ்க்கையில் பெண்களுக்கே உரித்தான சின்ன சின்ன விஷயங்களில் இருந்து வழிதவறி நடந்ததாக

மேரி எலிக்கேபெத் ஃபிரிட்மன் கதைகள் | தமிழில்: கமலி பள்ளரிசெல்வம் மலைச்செல்வம்

நினைவில் இல்லை. நீண்ட நாள்களாக, நிலையாக அவள் செய்து கொண்டிருந்த செயல்பாடுகள் அவளது ஆளுமையின் ஒரு பகுதியாகவே மாறியிருந்தன.

லூயிசா தனது இடுப்பில் ஒரு பச்சை நிற ஏப்ரனை (*Apron* - உடைக்கு மேலே அணியும் ஒரு வகை சின்ன துணி) இறுக்கிக் கட்டி, பச்சை நிற ரிப்பனுடன் கூடிய ஒரு தட்டையான வைக்கோல் தொப்பியை வெளியே எடுத்தாள். பின்னர் தேநீருக்குக் கொஞ்சம் திராட்சை சேர்க்க நினைத்து, நீல பீங்கான் கிண்ணத்துடன் தோட்டத்துக்குச் சென்றாள். திராட்சைகளைச் சேகரித்து முடித்தவுடன், அவள் பின் கதவு படிக்கட்டில் அமர்ந்து அவற்றின் தண்டுளைப் பொறுமையாக நீக்கிவிட்டு, அத்தண்டுகளைஏப்ரனில் கவனமாகச் சேகரித்து, அதனைக் கோழிக்கூண்டிற்குள் எறிந்தாள். அங்கே ஏதேனும் விழுந்திருக்கிறதா என்று தெரிந்துகொள்ள, படிக்கட்டுக்கு அருகிலுள்ள புல்லைக் கூர்மையாக ஆராய்ந்தாள்.

லூயிசா மெதுவாகவும், மிக நிதானமாகவும் ஒவ்வொரு செயலையும் செய்தாள். தேநீர் தயாரிக்க அவளுக்கு நீண்ட நேரம் பிடித்தது; ஆனால் தயாரித்து முடித்தபோது, அவள் தன்னைத்தானே விருந்தினராக நினைத்து, அதை உவகையுடன் பருகத் தயாரானாள். சமையலறையின் மையத்தில், சுத்தமாகத் துவைத்த, ஓரங்களில் அழகிய பளபளப்பான பூ வேலைப்பாடுகள் கொண்ட, லினன் துணியால் மூடப்பட்ட ஒரு சிறிய சதுர மேஜை இருந்தது. லூயிசா தேநீர் ட்ரேயில் துடைக்கும் துணி ஒன்றும் வைத்திருந்தாள், அந்த ட்ரேயில் டீஸ்பூன் நிறைந்த ஒரு கண்ணாடி டம்ளர், வெள்ளி கெட்டில், சீனப் பீங்கான் கிண்ணத்தில் சர்க்கரையும், இளஞ்சிவப்பில் ஒரு பீங்கான் கப் & சாஸரும் இருந்தன. லூயிசா ஒவ்வொரு நாளும் சீனப் பீங்கான் கோப்பையைப் பயன்படுத்தினாள். அதுஅக்கம்பக்கத்தினர் யாரும் செய்யாத ஒன்று. இதைப் பற்றி அவர்கள் தங்களுக்குள் கிசுகிசுப்பார்கள். அவர்களின் தினசரி வழக்கில் சாதாரண பாத்திரங்கள்தாம் இருந்தன, சிறந்த சீனப் பொருட்கள் பெரும்பாலும் அவர்கள் கப்போர்டில்தான் இருந்தன. லூயிசா எல்லிஸ் அவர்களைவிடப் பெரும்

பணக்காரியோமேட்டுக்குடியோ அல்ல. இருப்பினும் அவள் சீனப் பொருட்களைப் பயன்படுத்துவாள். இரவு உணவிற்கு ஒரு கண்ணாடி கிண்ணத்தில் இனிப்பில் தோய்த்த காய்ந்த திராட்சைகளையும், சிறிய கேக்குகளைக் கொண்ட ஒரு தட்டும், வெள்ளை பிஸ்கட் ஒன்றும் வைத்திருந்தாள். அதோடு ஓரிரு லெட்யூஸ் (lettuce - கோஸ் போன்றது) இலைகளும் இருந்தன. அவள் அதை அழகாக வெட்டியிருந்தாள். லூயிசாவுக்கு லெட்யூஸ் மிகவும் பிடித்தமானது, அவள் தன்னுடைய சின்ன தோட்டத்திலேயே அதைப் பயிரிட்டு வளர்த்தாள். பொறுமையாகக் கொஞ்சம் கொஞ்சமாகக் கொறித்துச் சாப்பிட்டாள். அப்படிச் சாப்பிடும் விதத்திலேயே எந்த உணவாக இருந்தாலும் காலியாகி விடும்.

தேநீருக்குப் பிறகு நன்றாகச் சுட்ட மெல்லிய சோள ரொட்டிகளால் ஒரு தட்டை நிரப்பி, பின்புறத்திற்குக் கொண்டு சென்று, "சீஸர், சீஸர்" என அழைத்தாள்.

சங்கிலியின் மெல்லிய ஓசையுடன், மஞ்சளும் வெள்ளையும் கலந்த ஒரு பெரிய நாய் குடிலின் வாசலில் தோன்றியது. வளர்ந்த புற்கள் மற்றும் பூக்களுக்கு இடையில் அது பாதி மறைந்திருந்தது. லூயிசா நாயைத் தட்டிக்கொடுத்துக் கொண்டே அதற்குச் சோள ரொட்டிகளைக் கொடுத்தாள். பின்னர் வீட்டிற்குத் திரும்பி தேநீர், மாலை சிற்றுண்டிக்கான பொருட்களைக் கழுவி, சீனப்பீங்கான் பொருட்களை துடைத்து மெருகூட்டினாள். அந்தி இருள் அடர்ந்து பரவத் தொடங்கியிருந்தது; தவளைகளின் கோரஸ் சத்தம் திறந்த ஜன்னலின் வழியாக உரத்த குரலில் மிதந்து வந்தது. இடையிடையே தேரையின் கூர்மையான குரல் ஒன்றும் அந்தத் தவளையின் கோரஸ் குரலைத் துளைத்துகொண்டு உள்நுழைந்தது. லூயிசா தனது பச்சை ஏப்ரனைக் கழற்ற, இளஞ்சிவப்பும் வெள்ளையும் கலந்த ஏப்ரன் முழுவதுமாக வெளிப்பட்டது. பின் விளக்கை ஏற்றி, மீண்டும் தனது தையல் வேலையில் மூழ்கினாள்.

வேலையில் மூழ்கிய சுமார் அரை மணி நேரத்தில்லெல்லாம் ஜோ டாகெட் வந்தார். அவரின் கனமான காலடியோசையைக்

15

கேட்டவள், எழுந்து இளஞ்சிவப்பும் வெள்ளையும் கலந்த அந்த ஏப்ரனையும் கழற்றினாள். அதன் கீழ் இன்னொரு ஆடை இருந்தது. கீழே ஒரு சிறிய கேம்பிரிக் விளிம்புடன் வெள்ளை துணி; அது லூயிசா வீட்டில் அணிந்திருக்கும் ஆடை. அவள் விருந்தினர் சந்திப்பில்லை என்றால், அந்தக் காலிக்கோ ஏப்ரனை அணிய மாட்டாள். கதவைத் திறந்து ஜோ டாகெட் நுழைந்தபோது, சட்டென இளஞ்சிவப்பும் வெள்ளையும் கலந்த அந்த ஏப்ரனை அவசரத்துடன் மடித்து, ஒரு டேபிள் டிராயரில் வைத்தாள்.

அவர் அந்த அறை முழுவதிலுமாக நிறைந்தார். தெற்குப்புற ஜன்னலில் தனது பச்சைக் கூண்டில் தூங்கிக் கொண்டிருந்த, சிறிய மஞ்சள் கேனரி பறவை எழுந்து காட்டுத்தனமாகப் பறந்து, கம்பிகளுக்கு எதிராகத் தனது சின்ன மஞ்சள் இறக்கைகளை அடித்தது. ஜோ டாகெட் அறைக்கு வரும் ஒவ்வொரு முறையும் அது எப்போதும் அவ்வாறு செய்தது.

'குட் ஈவ்னிங்' என்று கூறியவாறு லூயிசா, தனது கைகளை மெல்ல அவர் புறமாக நீட்டினாள்.

'குட் ஈவ்னிங்' என்று பதிலுக்குச் சற்று உரக்கக் கூறினார்.

அவர் அமர ஏதுவாக ஒரு நாற்காலியை நகர்த்தி வைத்தாள். அவர்கள் ஒருவருக்கு இன்னொருவர் எதிரும்புதிருமாக அமர்ந்து கொண்டனர். அவர்களுக்கு இடையில் ஒரு மேஜை இருந்தது. அவர் நன்கு நிமிர்ந்து உட்கார்ந்து, தனது கனமான கால்களை அகலமாக வைத்து அறையைச் சுற்றி சற்றே சங்கடம் கலந்த சிரிப்புடன் நோட்டமிட்டார். அவள் தன் மெல்லிய கைகளை, தன் வெள்ளை லினன் துணியால் மூடப்பட்டிருந்த மடியின் மீது வைத்து மெதுவாக நிமிர்ந்து உட்கார்ந்தாள்.

"இனிமையான நாள்" என்றார் டாகெட்.

"உண்மையில் இனிமையான நாள்." லூயிசா மென்மையாக ஆமோதித்தாள். சிறிது நேரம் கழித்து, "இந்த நாளை நீங்கள் வெறுக்கிறீர்களா?" எனக் கேட்டாள்.

"ஆமாம், நான் நாள் முழுவதும் பத்து ஏக்கர் நிலப்பரப்பில் அறுவடை வேலையில் இருந்தேன். கொஞ்சம் கடினமான வேலை" என்றார்.

"ஆம் அது அப்படித்தான் இருக்கும்" என்றாள்.

"ஆமாம், அதுவும் இந்தக் கொதிக்கும் வெயிலில் மிகவும் கடினமான வேலை" என்றார்.

உரையாடலைத் தொடரும் விதமாக, "உங்கள் அம்மாவுக்கு உடல்நிலை நன்றாக இருக்கிறதா?" என்று கேட்டாள்.

"ஆம், அவள் நன்றாக இருக்கிறாள்."

"லில்லி டயர் இப்போது அவளுடன் இருப்பதாக நினைக்கிறேன். சரியா?"

அவர் சற்றே வெளிறிய முகத்துடன், "ஆம் அவளும் அம்மாவுடன்தான் இருக்கிறாள்" என மெதுவாகப் பதிலளித்தார்.

அவர் அந்தளவு இளமையாக இருக்கவில்லை என்றாலும், அவரின் பெரிய முகத்தில் கொஞ்சம் சிறுவனின் சாயல் இருந்தது. லூயிசாவுக்கு அவரளவு வயதாகவில்லை. அவளுடைய முகம் அழகாகவும் மென்மையாகவும் இருந்தது; ஆனாலும் அவள் வயதானவள் என்கிற தோற்றத்தையே அனைவருக்கும் கொடுத்தாள்.

"அவள் உங்கள் தாயாருக்கு நல்ல உதவியாக இருக்கிறாள் என நினைக்கிறேன்" என்று மேலும் தொடர்ந்தாள்.

"ஆம் அப்படித்தான் நானும் நினைக்கிறேன்; அவள் இல்லாமல் அம்மா எப்படி இருப்பாள் எனத் தெரியவில்லை" என்று டாகெட் ஒருவித சங்கடத்துடன் கூறினார்.

"அவள் நிஜத்தில் ஒரு திறமையான பெண் போல் தெரிகிறாள், பார்ப்பதற்கும் அழகாக இருக்கிறாள்" என்று லூயிசா குறிப்பிட்டாள்.

"ஆமாம், மிகவும் அழகாக இருக்கிறாள்."

17

தற்போது டாகெட் மேஜையில் இருந்த புத்தகங்களை விரல்களால் அலையத் தொடங்கினார். மேஜை மீது ஒரு சதுர சிவப்பு ஆட்டோகிராப் ஆல்பமும், லூயிசாவின் தாய்க்குச் சொந்தமான ஓர் இளம் பெண்ணின் பரிசுப் புத்தகமும் இருந்தன. அவற்றை ஒன்றன்பின் ஒன்றாக எடுத்துத் திறந்து பார்த்தார்; பின் பரிசுப் புத்தகத்தில் உள்ள ஆல்பத்தை மீண்டும் கீழே வைத்தார்.

லூயிசா லேசான சங்கடத்துடன் அவற்றைப் பார்த்துக்கொண்டே இருந்தாள். இறுதியாக அவள் எழுந்து புத்தகங்களின் நிலையை மாற்றி, முன்பிருந்தது போலவே ஆல்பத்தை அடியில் வைத்தாள்.

டாகெட் சிறிய தடுமாற்றத்துடன் சிரித்தவாறு, "இப்படிப் புத்தகத்தை மாற்றி மேலே வைப்பதில் என்ன பெரிய வித்தியாசம் தெரிகிறது?" எனக் கேட்டார்.

லூயிசா புன்னகையுடன் அவரைப் பார்த்து, "நான் எப்போதும் அவற்றை அப்படியே வைத்திருக்கிறேன்" என முணுமுணுத்தாள்.

"நீங்கள் எல்லாரையும் வென்றுவிடுவீர்கள்" என்று டாகெட் மீண்டும் சிரிக்க முயன்றார். அவரது பெரிய முகம் லேசாகச் சிவந்து காணப்பட்டது.

சுமார் ஒரு மணிநேரம் இருந்துவிட்டு, பின்னர் விடைபெறுவதாக எழுந்தார். வெளியே செல்ல எத்தனிக்கும்போது, தரைவிரிப்பில் சற்றுத் தடுமாறியதால், சுதாரித்துக்கொள்ள நினைத்தார். அப்போது லூயிசா மேஜை மேல் வைத்திருந்த வேலை செய்யும் பொருட்கள் வைத்திருக்கும் கூடையின் மேல் கைகள் பட்டு, அவை தரையில் கொட்டின.

அவர் லூயிசாவைப் பார்த்தார், பின்னர் உருளும் நூல்கண்டைப் பார்த்தார்; பின் ஒருவித தடுமாற்றத்துடன் அந்த ஓடும் நூல்கண்டைப் பிடிக்க முயற்சித்தார். ஆனால் அவள் தடுத்து, "பரவாயில்லை" "நீங்கள் சென்ற பிறகு

அவற்றை எடுத்துக்கொள்கிறேன்" என்றாள்.

அதனை லேசான விறைப்போடு கூறினாள். அவளின் செயல்கள் கொஞ்சம் அவரை சங்கடப்படுத்தியிருக்க வேண்டும், அல்லது அவருடைய பதற்றம் அவளைப் பாதித்து, அவரைச் சமாதனப்படுத்தும் முயற்சியில் தன்னைக் கட்டுப்படுத்திக்கொண்டதாகத் தோன்றியது.

ஜோ டாகெட் வீட்டை விட்டு வெளியேறியபோது வீசிய இனிமையான மாலைக் காற்றைப் பெருமூச்சுடன் உள்ளிழுத்தார். மேலும், அங்கிருந்து வெளியேறிய பின்னர், சீனப் பீங்கான் கடைக்குள் நுழைந்த அப்பாவியான கரடி வெளியேறிய பின் எந்தச் சேதாரத்தையும் ஏற்படுத்தாமல் போனதற்காக அடையும் மனதிருப்தியை உணர்ந்தார்.

லூயிசாவும் தன் பங்கிற்குச் சீனப்பீங்கான் பொருட்களுடைய கடைக்குச் சொந்தக்காரர், கடையினுள் நுழைந்த கரடி அதிக சேதாரம் ஏற்படுத்தாமல் வெளியேறிய பின் உணரும் கனிவினை உணர்ந்தாள்.

முன்பு அணிந்திருந்த, இளஞ்சிவப்பும் வெள்ளையும் கலந்த ஏப்ரனையும், அதன் மேல் பச்சை ஏப்ரனையும் கட்டினாள். கீழேசிதறிய அனைத்துப் பொருள்களையும் எடுத்து, அவற்றை வேலை செய்யும் பொருட்களை வைக்கும் கூடையில் போட்டுவிட்டு, தரைவிரிப்பைப் பார்த்தாள். விளக்கைத் தரையில் வைத்துக்கொண்டு, தரைவிரிப்பின் மீது விரல்களைத் தடவி, கூர்மையாக ஆராய ஆரம்பித்தாள்.

"உள்ளே வரும்போது எப்போதும் மண்ணையும் புழுதியையும் சேர்த்தேதான் கொண்டு வருவார்" என முணுமுணுத்தாள்.

பின் லூயிசா குப்பை முறத்தையும், துடைப்பத்தையும் எடுத்துவந்து, ஜோ டாகெட் வந்து சென்ற பாதையைக் கவனமாகச் சுத்தப்படுத்தினாள்.

இதை அவர் அறிந்திருந்தால், அது அவரது குழப்பத்தையும் தர்மசங்கடத்தையும் அதிகரித்திருக்கும், இருப்பினும் அது

அவருடைய விசுவாசத்தைக் குறைந்தபட்சம்கூடத் தொந்தரவு செய்திருக்காது. லூயிசா எல்லிஸைப் பார்க்க வாரத்திற்கு இரண்டு முறை வருவார், ஒவ்வொரு முறையும், அவளது இனிமையான அறையில் உட்கார்ந்திருக்கும்போதும், ஒரு மாய தேவதை உலகத்தால் சூழப்பட்டிருப்பதைப் போல உணர்ந்தார்.

அவள் பின்னி வைத்துள்ள அந்த மாய உலகத்தில் தனது விகாரமான கால் அல்லது கையை வைத்து எதையும் கலைத்துவிடக் கூடாது எனப் பயந்தார். ஏனென்றால் லூயிசா தன்னுடைய உலகைக் கலைத்துவிடுவாளோ என்கிற பயத்துடன் தன்னைப் பார்த்துக்கொண்டிருக்கிறாள் என்கிற உணர்வு அவருக்கு எப்போதும் இருந்தது.

பதினைந்து வருடங்களாக நீடித்த தனிமைப் பந்தத்திற்குப் பிறகு அவர்கள் ஒரு மாதத்தில் திருமணம் செய்துகொள்ளவிருந்தனர். பதினைந்து வருடங்களில் பதினான்கு வருடங்கள் இருவரும் ஒருவரை இன்னொருவர் ஒருமுறைகூடப் பார்த்ததில்லை, அரிதாகவே கடிதங்களைப் பரிமாறிக் கொண்டனர். ஜோ அத்தனை ஆண்டுகளும் ஆஸ்திரேலியாவில் இருந்தார். பணம் சம்பாதிப்பதற்காகச் சென்றவர், அதைச் சம்பாதிக்கும் வரை அங்கேயே இருந்தார். நினைத்த மாதிரி பணம் சம்பாதிக்க ஐம்பது வருடங்கள் ஆகும் என்று இருந்தால் அவர் ஐம்பது வருடங்கள் அங்கேயே தங்கியிருப்பார். தள்ளாத காலத்தில்தான் வீட்டிற்கு வந்திருப்பார், அல்லது வீடு திரும்ப வாய்ப்பில்லாமல்கூடப் போயிருக்கலாம்.

ஆனால் பதினான்கு வருடங்களில் அதிர்ஷ்டம் அடித்துவிட்டது. அதனால் அதுவரை பொறுமையாகவும், எவ்விதச் சந்தேகமும் கொள்ளாமல் தனக்காகக் காத்திருந்த பெண்ணைத் திருமணம் செய்து கொள்ள இப்போது வீட்டுக்குத் திரும்பியுள்ளார்.

அவர்கள் இருவருக்கும் நிச்சயதார்த்தம் நடந்த சில நாள்களிலேயே, அவர் லூயிசாவிடம் புதிய துறைகளில்

ஈடுபடுவதில் தனக்கு இருக்கும் விருப்பத்தை அறிவித்தார். மேலும் திருமணம் செய்து கொள்வதற்கு முன்பு தனக்கென ஒரு தனித்திறமை இருக்க வேண்டும் என விரும்பினார். அதைக் கவனமாகச் செவிமடுத்த அவள் தனது வழமையான அமைதியுடன் அவள் காதலனின் லட்சியப் பயணத்தை ஏற்றுக்கொண்டாள். ஜோ இதனால் உற்சாகமடைந்தார் என்றாலும், கடைசியில் பிரியாவிடையின் போது கொஞ்சம் உடைந்துதான் போனார். ஆனால் லூயிசா லேசான வெட்கத்துடன் அவரை முத்தமிட்டு விடை கொடுத்தாள்.

“இந்தப் பிரிவு நீண்ட காலத்திற்கு எல்லாம் இருக்காது” என்று ஜோ மெல்லிய கிசுகிசுப்பான வருத்தம் தோய்ந்த குரலில் கூறினார். ஆனால் பதினான்கு ஆண்டுகள் ஆகிவிட்டது.

இந்த இடைப்பட்ட காலத்தில் நிறைய நடந்தன. லூயிசாவின் தாயும் சகோதரனும் இறந்தனர். அவள் உலகில் தனியாக இருந்தாள்.

ஆனால் அதன் பின்தான் ஒரு பெரிய விஷயம் நடந்தது — இருவரும் புரிந்து கொள்ள முடியாத ஒரு நுட்பமான நிகழ்வு - லூயிசா தனக்கென ஒரு பாதையைத் தேர்ந்தெடுத்துக் கொண்டாள். அமைதியான வானத்தின் கீழ் எந்தக் குறையும் இல்லாமல் தனக்கான வாழ்க்கையுடன் தனியளாக நிம்மதியாக இருந்தாள். அவளது பாதை அவளின் கல்லறை வரை மிகவும் நேராகவும், யாரும் அசைத்துப் பார்க்க முடியாததாகவும் அவள் பக்கத்தில் யாருக்கும் இடமில்லை என்று அளவில் மிகவும் குறுகியதாகச் சுருங்கியது.

பதினான்கு வருடங்களுக்குப் பிறகு ஜோ டாகெட் வீட்டிற்கு வந்தபோது லூயிசாவின் முதல் உணர்ச்சி (அவர் வருவதை அவர் அறியவில்லை) திகைப்பாக இருந்தது, இருப்பினும் அவள் அதை ஒப்புக்கொள்ளவில்லை; அவள் தான் அப்படி திகைத்து போவோம் என்பதைக் கனவிலும் நினைக்கவில்லை. பதினைந்து வருடங்களுக்கு முன்பு அவனைக் காதலித்திருந்தாள். குறைந்தபட்சம் அவள் காதலித்திருப்பதாக எண்ணினாள். அந்த நேரத்தில், பெண்மையின் இயல்பான

சறுக்கலை மெதுவாக ஏற்றுக்கொண்டு, அதில் விழுந்து, திருமணத்தை ஒரு நியாயமான அம்சமாகவும், வாழ்க்கையின் சாத்தியமான விருப்பமாகவும் அவள் பார்த்தாள். இந்த விஷயத்தில் அம்மாவின் கருத்துகளை அவள் அமைதியாகக் கேட்டுக்கொண்டிருந்தாள். அவளின் தாயார் தனது மென்மையான குணத்திற்காகவும், எப்போதும் பழகும் இனிமையான சுபாவத்திற்காகவும் அறியப்படுபவர். ஜோ டாகெட் தனது ஆசையை முன்வைத்தபோது, அவள் தன் மகளிடம் புத்திசாலித்தனமாகப் பேசினாள். லூயிசா எந்தத் தயக்கமும் இல்லாமல் அவனை ஏற்றுக்கொண்டாள். அவளின் முதல் காதலன் அவன்தான்.

இத்தனை ஆண்டுகளாக அவள் அவனுக்கு விசுவாசமாக இருந்தாள். வேறு யாரையும் திருமணம் செய்து கொள்வதை அவள் கனவிலும் நினைக்கவில்லை. அவளுடைய வாழ்க்கை, குறிப்பாகக் கடந்த ஏழு ஆண்டுகளாக, இனிமையான அமைதி நிறைந்ததாக இருந்தது. காதலன் இல்லாததால், அவள் ஒருபோதும் அதிருப்தியோ பொறுமையிழந்தோ இருந்ததில்லை; இன்னும் சொல்லப்போனால் அவர் திரும்பி வருவதையும் அவர்களின் திருமணத்தைத் தவிர்க்க முடியாத முடிவாகவும் அவள் எப்போதும் எதிர்பார்த்துக் கொண்டிருந்தாள். இருப்பினும், எதிர்காலத்தில் அதை எந்த இடத்தில் வைக்கப்போகிறோம் என்கிற வழியில்தான் அவள் சறுக்கிவிட்டாள். ஏனென்றால் அது அவள் நிர்மாணித்திருந்த மற்றொரு வாழ்க்கையின் எல்லைகக்கு மேல் அதனை வைப்பதற்குச் சமமாக இருந்தது.

ஜோ வந்தபோது அவள் அவனை எதிர்பார்த்திருந்தாள். மேலும்திருமணமாகி இருந்தால் பதினான்கு ஆண்டுகள் ஆகியிருக்கும் எனநினைத்தாள். ஆனால் அவள் மிகவும் ஆச்சரியப்பட்டு, அதைப் பற்றி நினைக்காதது போல் திகைத்தாள்.

ஜோவின் திகைப்பு பின்னர் வந்தது. அவர் தனது மாறாத காதலுடன் லூயிசாவைப் பார்த்தார். அவள் கொஞ்சம் மாறியிருந்தாள். ஆனாலும் அவள் இன்னும்

தனது பழைய மென்மையான அமைதியான குணத்தைத் தக்க வைத்திருந்தாள், மேலும் எல்லாம் எப்போதும் போல் கவர்ச்சிகரமானதாக இருப்பதாகக் கருதினார்.

அவரைப் பொறுத்தவரை, அவரது எண்ணம் நிறைவேறிவிட்டது; அவர் பணத்தைத் தேடுவதிலிருந்து தனது கவனத்தைத் திருப்பிக் கொண்டார், பழைய காதல் காற்று அவரின் காதுகளில் எப்போதும் போல சத்தமாகவும் இனிமையாகவும் சீட்டி அடித்தது. அவரைப் பொறுத்தவரை அவர் கேட்க விரும்பும் சங்கீதம் லூயிசாவாகத்தான் இருந்தது. இன்னுமும் அதை மட்டுமேதான் கேட்பதாக நீண்ட காலமாக ஒரு விசுவாசமான நம்பிக்கை வைத்திருந்தார். ஆனால் இறுதியாகக் காற்று எப்போதும் அந்த ஒரு பாடலைப் பாடினாலும், அதற்கு மற்றொரு பெயர் இருப்பதாக அவருக்குத் தோன்றியது. ஆனால் லூயிசாவிற்கு ஒருபோதும் இப்படிக் காற்று முணுமுணுத்ததே இல்லை; இப்போது அது குறைந்துவிட்டது, எல்லாம் அமைதியாக இருந்தது. அவள் அரைகுறை கவனத்துடன் சிறிது நேரம் அந்த இசையைக் கேட்பாள்; பின்னர் அமைதியாக விலகி திருமண ஆடைகளைத் தைக்கும் வேலைக்குள் தன்னை நுழைத்துக்கொண்டாள்.

ஜோ தனது வீட்டில் சில விரிவான அற்புதமான மாற்றங்களைச் செய்திருந்தார். அது ஒரு பழைய தோட்ட வீடு; புதுமணத் தம்பதிகள் அங்கு வசிக்கலாம், ஏனென்றால் ஜோ தனது தாயை விட்டு விலக முடியாது, அவள் தனது பழைய வீட்டை விட்டு வெளியேற மறுத்தாள். அதனால் லூயிசா அவளது வீட்டை விட்டு வெளியேற வேண்டும். தினமும் காலையில் எழுந்து, தான்நேர்த்தியாகப் பராமரித்தவற்றுக்கு மத்தியில் சுற்றித் திரியும்போது, அன்பான தோழிகளின் முகங்களைக் கடைசியாகப் பார்ப்பது போல் உணர்ந்தாள். ஓர்அளவிற்கு அவள் அவற்றைத் தன்னுடன் எடுத்துச் செல்ல முடியும் என்பது உண்மைதான் என்றாலும், அவற்றின் பழைய சூழல்களைப் பறித்துக்கொண்டு, புதிய இடத்தில் வைத்து என்ன பராமரித்தாலும் அவை முன்பு போல

காட்சியளிக்க முடியுமா என்பது சந்தேகம்தான்.அவளுடைய மகிழ்ச்சியான தனிமை வாழ்க்கையில் அவளுக்கெனச் சில விசித்திரமான பண்புகள் இருந்தன. அதை அவள் இனி முழுவதுமாக கைவிட வேண்டியிருக்கும். அவள் பார்த்து பார்த்து செய்த இந்த வேலைகள் எல்லாம் தேவையில்லாமல் போய், தேவையற்ற கடுமையான பணிகள் அவள் மீது சுமத்தப்படும்.

அவள் கவனிப்பதற்கும் அவளைக் கவனிப்பதற்கும் ஒரு பெரிய வீடு இருக்கும்; பொழுதுபோக்க நபர்கள் இருப்பார்கள்; ஜோவின் பலவீனமான வயதான தாய் அவளுக்காகக் காத்திருக்கலாம்; அவள் ஒன்றுக்கு மேற்பட்ட வேலையாட்களை வைத்திருப்பது அனைத்து சிக்கனமான கிராம மரபுகளுக்கும் முரணானது. லூயிசா கொஞ்சம் அமைதியாக இருந்தாள், கோடை காலமாதலால் ரோஜாக்கள், மிளகுக்கீரை, புதினா ஆகியவற்றிலிருந்து இனிப்பு மற்றும் நறுமண எஸன்ஸ்களை வடிகட்டுவதன் மூலம் தன்னை மகிழ்ச்சியுடன் வைத்துக்கொண்டாள். அதை இன்னும் தள்ளி வைக்க வேண்டும். அவளது எஸன்ஸ்களின் சேமிப்பு ஏற்கெனவே கணிசமானதாக இருந்தது, இனி மகிழ்ச்சிக்காக வடிகட்ட அவளுக்கு நேரம் இருக்காது. ஜோவின் அம்மா அதை முட்டாள்தனமாக நினைப்பார்; அவள் ஏற்கெனவே இந்த விஷயத்தில் தனது கருத்தைச் சுட்டிக்காட்டியிருந்தாள்.

லூயிசா மென்மையான லினன் துணியில் தைப்பதற்கு மிகவும் விரும்பினாள், எப்போதும் பயன்படுத்துவதற்கு அல்ல, தைப்பதில் இருக்கும் லேசான மகிழ்ச்சிக்காக. தனக்குப் பிடித்தவாறு அமைவதற்காகக் கத்தரித்து துண்டுகளை ஒன்றாகத் தைத்து, பின்னர் பிரித்து, திரும்பத் தைத்து, திரும்பப் பிரித்து, தான் விரும்பியவாறு பெறுவதற்காக, வெறுக்காமல் தொடர்ந்து செய்வாள். நீண்ட இனிய மதிய வேளைகளில் ஜன்னலில் அமர்ந்து, மெல்லியத் துணியில் ஊசியால் மெதுவாகத் தைத்து, ஒரு தவம் போல அமைதியாகச் செய்வாள். ஆனால் எதிர்காலத்தில் இதுபோன்ற முட்டாள்தனமான செயலுக்கு மிகச் சிறிய வாய்ப்பே இருந்தது.

ஜோவின் தாயார், ஆதிக்கம் செலுத்தும், புத்திசாலி வயதான மேட்ரனாக முதுமையிலும் இருந்தார். மேலும் ஜோ கூட, அவரின் நேர்மையான ஆணாதிக்கச் சிந்தனையால், இந்த அழகான ஆனால் புத்திசாலித்தனமற்ற பழைய வழிமுறைகளைப் பார்த்துச் சிரித்து, முகம் சுளிக்கக்கூடும்.

லூயிசா தனிமையான வீட்டின் தூய்மை மற்றும் ஒழுங்கின் மீது கிட்டத்தட்ட ஒரு கலைஞரின் உற்சாகத்தைக் கொண்டிருந்தாள். அவளின் பளபளப்பான ஜன்னல் கண்ணாடிகள், நகைகள் போல பிரகாசிப்பதிலேயே அவளின் சுத்தம் தெரிந்தது. அவளின் பீரோ இழுப்பறைகளில் ஆடைகள் லாவெண்டர், ஸ்வீட் க்ளோவர் மணத்துடன் நேர்த்தியாக மடித்து அடுக்கப்பட்டிருப்பதைப் பார்த்து மகிழ்ச்சியடைந்தாள். இதெல்லாம் இல்லாமல் போவதைத்தாங்கும் சக்தி உண்டு என்று உறுதியாக இருக்க முடியுமா? அவளுக்கு எனச் சில பார்வைகள் இருந்தன. எனவே திடுக்கிட வைக்கும் வகையில், முடிவில்லாத குப்பைகளில் சிதறிக் கிடக்கும் கரடுமுரடான ஆணின் உடைமைகளை அவள் தனக்குள்ளாக நிராகரித்தாள்; இந்த நுட்பமான இணைவுக்கு மத்தியில் ஒரு கரடுமுரடான ஆணின் இருப்பிலிருந்து எழும் தூசி மற்றும் ஒழுங்கின்மையும் ஏற்றுக்கொள்ளத்தான் வேண்டும்.

அவளது குழப்பங்களில் சீசரையும் தவிர்க்க முடியாது. சீசர் நாயில் ஒரு துறவி என்றே கூறலாம். அது தனது வாழ்க்கையின் பெரும்பகுதியை அந்தச் சின்ன குடிலில்தான் கழித்தது. அவளுக்காக அப்பாவியான அது தனது சமூகத்திலிருந்தும், நாய்களுக்கே உரித்தான சின்ன சின்ன சந்தோஷங்களில் இருந்தும் முற்றிலுமாக துண்டிக்கப்பட்டது. சீசர் தனது இளமை பருவத்தில் அதற்குப் பிடித்த உணவைப் பார்த்ததில்லை, பக்கத்து வீட்டுக்காரரின் சமையலறை வாசலில் எலும்புத் துண்டுகள் வாசம் தரும் மகிழ்ச்சி குறித்து அறிந்திருக்கவில்லை. ஏனென்றால் குட்டியாக இருந்தபோதே அவளிடம் வந்த சேர்ந்த பாவம்தான்.

இந்த மென்மையான முகம் கொண்ட, முற்றிலும் அப்பாவி தோற்றமுடைய வயதான நாயின் வருத்தத்தின் ஆழம்

யாருக்கும் தெரியாது; ஆனால் அது வருந்தியிருந்தாலும் இல்லாவிட்டாலும், முழு அளவிலான பழிவாங்கலை எதிர்கொண்டது. பழைய சீசர் அரிதாகவே தனது உறுமலை அல்லது குரலை உயர்த்தும்; கொழுகொழு என இருக்கும் அது பெரும்பாலும் தூங்கிக் கொண்டுதான் இருக்கும்; அதன் மங்கலான பழைய கண்களைச் சுற்றி மஞ்சள் நிற வளையங்கள் கண்ணாடிகள் போல இருந்தன; ஆனால் ஒருமுறை பக்கத்து வீட்டுக்காரர் ஒருவர் சீசரின் கூரிய வெள்ளை இளமைப் பற்களைத் தனது கைகளில் ஏந்த நேர்ந்தது. அதன் காரணமாக ஒரு சங்கிலியால் பிணைக்கப்பட்டு தனியாக அந்தச் சின்ன குடிலில் பதினான்கு ஆண்டுகள் சீசர் வாழ வேண்டி வந்தது.

சிடுசிடுப்பான பக்கத்து வீட்டுக்காரர், அவரின் காயத்தின் வலியால் சீசரைக் கொல்ல வேண்டும் அல்லது முழுதுமாக அதனைக் கட்டியே வைக்க வேண்டும் என்றார். எனவே, நாய்க்குச் சொந்தக்காரனான லூயிசாவின் சகோதரர், தனது சின்ன குடிலில் சீசரைக் கட்டி வைத்தான். இப்போது பதினான்கு வருடங்கள் ஆகின்றன. இளமை வேகத்தில் பக்கத்து வீட்டுக்காரரைக் கடித்ததன் விளைவாக, அங்கேயே சுற்றி வரும் சின்ன சின்ன உலாவல் தவிர, எப்போதும் சங்கிலியால் கட்டப்பட்டு, தனது எஜமானர் அல்லது வயதான லூயிசாவின் கடுமையான பாதுகாப்பின்கீழ் கைதியாகவே இருந்தது.

வரையறுக்கப்பட்ட லட்சியத்துடன் உலா வரும் சீசர் உண்மையில் இதற்காக மிகவும் பெருமைப்படுகிறதா என்பது சந்தேகமே என்றாலும், சீசருக்கு எனக் கணிசமான புகழ் இருந்தது என்பது மட்டும் உறுதி. அந்தக் கிராமத்தில் உள்ள அனைத்து குழந்தைகளாலும், பல பெரியவர்களாலும் அது மிகவும் கொடூரமான அரக்கனாகக் கருதப்பட்டது. செயின்ட் ஜார்ஜ் டிராகன்கூடக் கெடுபெயரால் லூயிசா எல்லிஸின் முதிய மஞ்சள் நாயை விஞ்சியிருக்க முடியாது.

அம்மாக்கள் தங்கள் குழந்தைகளைச் சீசரிடம் நெருங்கிச் செல்லக் கூடாது என்று கடுமையாக எச்சரித்தார்கள். அதைக் கேட்டு அப்படியே நம்பிய குழந்தைகளும் லூயிசாவின்

வீட்டைத் தாண்டும்போது பக்கவாட்டில் பார்த்தவாறும், திரும்பித் திரும்பிப் பார்த்தவாறும் திருட்டுத்தனமாக ஓடினர்.

ஒருவேளை சீசரின் கரகரப்பான சத்தம் கேட்டால், பீதி அடைந்தனர். வழிப்போக்கர்கள் லூயிசாவின் வாசலில் நின்று அவரை மரியாதையுடன் பார்த்து, 'சங்கிலி தடிமனாக இருக்கிறதா' என்று விசாரித்தனர். சீசர் மிகவும் சாதாரண நாயாக இருந்திருக்கலாம்; அதுவும் எதுவும் சொல்லவில்லை. ஆனால் சங்கிலியால் பிணைக்கப்பட்டதால், அதற்கு நல்ல பெயர் கிடைக்காமல் போனது. இதனால் சீசர் நாய்க்கே உரித்தான அத்தனை வெளிப்புற சந்தோஷங்களையும் இழந்திருந்தது என்ற போதும் அது பார்ப்பதற்குத் தனக்கே உரித்தான அழகுடன்தான் காட்சியளித்தது.

இருப்பினும், ஜோ டாகெட், தனது நகைச்சுவை உணர்வு மற்றும் புத்திசாலித்தனத்தால், தன் இயல்பிலேயே சீசரைப் பார்த்தார். லூயிசாவின் மென்மையான கூச்சலையும் மீறி, அவர் துணிச்சலுடன் அதனை நோக்கிச் சென்று தலையில் தட்டி, சங்கிலியில் இருந்து அதனை விடுவிக்கவும் முயன்றார். லூயிசா மிகவும் பதற்றமடைந்ததால், அவர் அதனிடம் இருந்து விலகினார். ஆனால் இந்த விஷயத்தில், "நகரத்தில் நல்ல குணமுள்ள நாய் ஒன்று கூட இல்லை, அதைக் கட்டி வைத்திருப்பது மிகவும் கொடூரமானது. ஒரு நாள் நான் அதை வெளியே அழைத்துச் செல்லப் போகிறேன்" என்று வலுக்கட்டாயமாகத் தனது கருத்துகளை இடையிடையே கூறிக்கொண்டிருந்தார்.

லூயிசா தனக்குத் தேவையான உடைமைகள் இன்னும் முழுமையாக ஒன்றிணைக்கப்பட வேண்டிய இந்த நாள்களில், அவர் ஒன்றும் சொல்ல மாட்டார் என்கிற நம்பிக்கை அவளுக்கு மிகக் குறைவாகவே இருந்தது. அமைதியான, பாதுகாப்பற்ற கிராமத்தில் சீசரை விட்டால் என்ன ஆகும் என நினைத்துப் பார்ப்பாள். ரத்தம் கொட்டும் அப்பாவிக் குழந்தைகளைக் காட்சியாகக் கண்டாள். வயதான நாயை அவள் மிகவும் விரும்பினாள். ஏனென்றால் அது இறந்துபோன அவளின் சகோதரனுக்குச் சொந்தமானது. மேலும் அவன்

அவளுடன் எப்போதும் மிகவும் மென்மையாக இருந்தான். இருந்தாலும் அவள் சீசரின் மூர்க்கத்தனத்தில் நம்பிக்கை கொண்டிருந்தாள்.

சீசர் அருகில் அதிகம் செல்ல வேண்டாம் என்று எப்போதும் மக்களை எச்சரித்தாள். சந்நியாசிக்குக் கொடுப்பது போல சோளக் கஞ்சி, கேக்குகளை மட்டுமே சீசருக்கு உணவாக அளித்தாள். மேலும், சதையோ எலும்போ ரத்தம் தோய்ந்த உணவோ கொடுத்து, அவனின் ஆபத்தான மனநிலையை அவள் வளரவிடவில்லை. தனது எளிய உணவு வகைகளுக்குப் பழகிய வயதான நாயைப் பார்த்து லூயிசா முணுமுணுத்தாள். தனது திருமணம் நெருங்குவதை நினைத்து நடுங்கினாள். இனிமையான, அமைதியான, நல்ல உணர்வுகளுக்குப் பதிலாக இத்தகைய குழப்பத்தை அவள் எதிர்பார்க்கவில்லை. சீசரிடம் வெறித்தனத்தின் முன்னறிவிப்புகள் இல்லை. அவளுடைய சின்ன மஞ்சள் கேனரி பறவையின் காட்டுத்தனமான படபடப்பு அவளை மாற்ற துளி அளவுகூடப் போதுமானதாக இல்லை.

ஜோ டாகெட் அவளை விரும்பி, இத்தனை வருடங்களாக அவளுக்காக வேலை செய்து வந்தார். எது நடந்தாலும் பொய்யை நிரூபித்து அவரின் இதயத்தை உடைப்பது சரியானதாக இல்லை என லூயிசா நினைத்தாள். அவளுடைய திருமண ஆடைகளில் நேர்த்தியான சிறிய தையல்களைப் போட்டாள். நாட்கள் நகரந்தன. அவளுடைய திருமண நாளுக்கு ஒரு வாரம் மட்டுமே இருந்தது. அது ஒரு செவ்வாய் மாலை. திருமணம் ஆகப்போகும் புதன்கிழமைக்கு இன்னும் ஒரு வாரம் இருந்தது.

அன்று இரவு முழு நிலவு ஒளிர்ந்தது. ஒன்பது மணியளவில் லூயிசா சாலையில் சிறிது தூரம் உலா சென்றாள். தாழ்வான கல் சுவர்களை எல்லையாகக் கொண்டு இருபுறமும் அறுவடை வயல்கள் இருந்தன. சுவர் அருகே புதர்கள் செழிப்பாகக் கொத்துக் கொத்தாக வளர்ந்து இருந்தன. இடைவெளியில் காட்டுச் செர்ரி, பழைய ஆப்பிள் மரங்கள் வளர்ந்து நின்றன.

லூயிசா சுவரில் அமர்ந்து லேசான துக்கம் பிரதிபலிக்கத் தன்னைப் பார்த்துக்கொண்டாள். புளூபெர்ரி, ரோஜாவின் உயரமான புதர்கள், அனைத்தும் ஒன்றாக நெய்யப்பட்டு, அங்கிருக்கும் காட்டுச்செடிகளால் பிணைக்கப்பட்டு அவளது பார்வையை இருபுறமும் அடைத்தன. அதனிடையே கொஞ்சம் தெளிவான இடைவெளி இருந்தது. அவளுக்கு எதிரே சாலையின் மறுபுறம், ஒரு மரம் பரவி இருந்தது; நிலா அதன் கிளைகளுக்கு இடையில் பிரகாசித்தது, இலைகள் வெள்ளியைப் போல மின்னியது.

சாலையில் மரத்தின் நிழல் வெள்ளியின் மினுமினுப்புடன் அழகாகப் பரவியிருந்தது; காற்றில் ஒரு மர்மமான இனிப்பின் வாசம் நிறைந்திருந்தது. "இது காட்டுத் திராட்சையாக இருக்குமோ என ஆச்சரியமாக இருக்கிறது?" லூயிசா தனக்குள்ளாக முணுமுணுத்தாள். சற்று நேரம் அங்கேயே அமர்ந்திருந்தாள். பின் மெல்ல எழ நினைத்தபோது, அருகில் காலடிச் சத்தத்தையும், கிசுகிசுப்பான குரல்களையும் கேட்டு அமைதியாக இருந்தாள்.

அது ஒரு தனிமையான இடம். அவளுக்குச் சற்றே வெட்கம் வந்தது. அவள் இன்னும் இருளில் இருக்க வேண்டும் அவர்கள் யாராக இருந்தாலும், தன்னைக் கடந்து செல்ல அனுமதிக்க வேண்டும் என்று நினைத்தாள். ஆனால் அவர்கள் அவளை அடைவதற்குச் சற்று முன்பு காலடியோசையும் குரல்களும் நின்றுவிட்டன. அதற்குச் சொந்தக்காரர்கள் கல் சுவரில் இருக்கைகளைக் கண்டுபிடித்துள்ளனர் என்பதை அவள் புரிந்துகொண்டாள். அவர்கள் பேசுவதைக் கவனிக்காமல் இருக்க முடியாதா என்று அவள் யோசித்தாள். ஆனால், அமைதியை உடைத்த அந்தக் குரல், ஜோ டாகெட்டுடையது. அமைதியாக அமர்ந்து கேட்டுக் கொண்டிருந்தாள். குரல் தன்னைப் போலவே பரிச்சயமான ஒரு பெருமூச்சு மூலம் வெளிப்பட்டது. "சரி" என்று டாகெட் கூறினார், "நீ முடிவு செய்துவிட்டாய் என நான் நினைக்கிறேன்?"

"ஆம்" என்றது மற்றொரு குரல்; "நான் நாளை மறுநாள் செல்கிறேன்."

'அது லில்லி டயர்,' லூயிசா தனக்குள் நினைத்துக்கொண்டாள். அந்தக் குரல் அவள் மனதில் பதிந்தது. அந்தப் பெண்ணின் உயரம், முழு உருவம், அழகான முகம், நிலவொளியில் மேலும் அழகாக இருப்பதைக் கண்டாள். அவளுடைய வலுவான மஞ்சள் கூந்தல் நெருக்கப் பின்னப்பட்டு முடிச்சிடப்பட்டு இருந்தது. அமைதியான கிராமிய வலிமையும் மலர்ச்சியும் நிறைந்த பெண், ஒரு இளவரசிபோல தோற்றமளிக்கக் கூடிய வகையில் இருந்தாள். லில்லி டயர் கிராம மக்களுக்கு மிகவும் பிடித்தமானவள்; பலர் போற்றத் தோன்றும் குணங்கள் அவளிடம் இருந்தன. அவள் அழகாகவும் புத்திசாலியாகவும் இருந்தாள். லூயிசா அடிக்கடி தன் பெயர் ஒலிப்பதைக் கேட்டாள்.

ஜோ டாகெட், "சரி, என்னிடம் சொல்ல வார்த்தை இல்லை" என்றார்.

"நீங்கள் என்ன சொல்ல முடியும் என்று எனக்குத் தெரியவில்லை" லில்லி டயர் திரும்பினாள்.

"சொல்ல ஒரு வார்த்தை இல்லை" என்று ஜோ மீண்டும், வார்த்தைகளைப் பெருமூச்சுடன் கூறினார். பிறகு மௌனம் நிலவியது. "மன்னிக்கவும் வேண்டாம்" என்று அவர் இறுதியாக ஆரம்பித்தார். "நேற்று அப்படி நடந்தது வருத்தம்தான். நாம் ஒருவருக்கு இன்னொருவர் எப்படி உணர்ந்தோம் என்பதை நாம் புரிந்துகொண்டிருக்கிறோம். அது நமக்கு நன்றாகத் தெரியும் என்று நினைக்கிறேன். நிச்சயமாக என்னால் எதுவும் செய்ய முடியாது. நான் அடுத்த வாரம் திருமணம் செய்துகொள்ளப் போகிறேன். பதினான்கு வருடங்கள் எனக்காகக் காத்திருந்த ஒரு பெண்ணை நான் திரும்பிப் பார்க்கப் போவதில்லை, அவளுடைய இதயத்தை உடைக்கப் போகிறேன்."

"நாளைக்கு அவள் உறவை முறித்தால், நீங்கள் என்னுடன் இருக்க முடியாது" என்று பெண் திடீரென்று ஆவேசத்துடன் பேசினாள்.

"சரி, நான் உனக்கு வாய்ப்பளிக்கப் போவதில்லை";

ஆனால் நீயே இப்படிச் செய்வாய் என்று நான் நம்பவில்லை" எனக் கூறினார்

"நான் செய்யமாட்டேன் அதை நீங்கள் பார்ப்பீர்கள். அது மரியாதைக்கு மரியாதை, உரிமைக்கு உரிமை. மேலும் எனக்காகவோ அல்லது வேறு எந்தப் பெண்ணுக்காகவோ அவர்களுக்கு எதிராகச் சென்ற எந்த ஆணையும் நான் ஒருபோதும் நினைக்க மாட்டேன்; நீங்கள் அதைக் தெரிந்துகொள்வீர்கள், ஜோ டாகெட்."

"சரி, உனக்காகவோ அல்லது வேறு எந்தப் பெண்ணுக்காகவோ நான் அவர்களுக்கு எதிராகச் செல்லமாட்டேன் என்பதை நீயும் விரைவாகக் தெரிந்துகொள்வாய்" என்று அவர் திரும்பினார். ஏறக்குறைய அவர்கள் ஒருவரை இன்னொருவர் கோபித்துக் கொண்டது போல் அவர்களின் குரல் ஒலித்தது. லூயிசா ஆர்வத்துடன் கேட்டுக் கொண்டிருந்தாள்.

"நீ விலகிச் செல்ல வேண்டும் என்று நினைக்கும் அளவுக்கு நான் நடந்து கொண்டதற்கு மன்னிக்கவும்." பின், "எனக்குத் தெரியாது, ஆனால் அதுதான் சிறந்தது" என்று ஜோ கூறினார்

"நிச்சயமாக இது சிறந்ததுதான். உங்களுக்கும் எனக்கும் நியாயமான நடைமுறை அறிவு இருக்கும் என்று நம்புகிறேன்."

"ஆம், நீ சொல்வது சரி என்று நினைக்கிறேன்." திடீரென்று ஜோவின் குரலில் மென்மை தெரிந்தது.

"சொல்லு, லில்லி, நான் நன்றாகத்தான் பழகுவேன், ஆனால் நீ பிரிந்து செல்வதை என்னால் நினைத்துப் பார்க்க முடியாது. இப்படி நடந்தால் நீ இதைப் பற்றி அதிகம் கவலைப்படுவாய் என்று நினைக்கவில்லையா?"

"திருமணமான ஒருவரைப் பற்றி நான் அதிகம் கவலைப்படமாட்டேன் என்பதை நீங்களும் தெரிந்துகொள்வீர்கள்."

"சரி, நீ கவலைப்பட மாட்டாய் என்று நம்புகிறேன். லில்லி, கடவுளுக்குத் தெரியும். மேலும் இனி வரும் நாட்களில் நீ வேறு யாரையாவது நிச்சயமாக சந்திப்பாய் என நம்புகிறேன்."

"நான் ஏன் சந்திக்க மாட்டேன் என்பதற்கு எந்தக் காரணமும் கூறமுடியவில்லை." சட்டென்று அவள் குரலின் தொனி மாறியது. அவள் இனிமையான, தெளிவான குரலில், அதே சமயம் தெரு முழுவதும் கேட்கும் அளவுக்கு சத்தமாக கூறினாள்.

"இல்லை, ஜோ டாகெட்" அவள் தொடர்ந்தாள், "நான் வாழும் வரை நான் வேறு எந்த ஆணையும் திருமணம் செய்து கொள்ள மாட்டேன், நான் என் இதயத்தை உடைக்கவோ அல்லது என்னை முட்டாளாகவோ உணரப் போவதில்லை. ஆனால் நான் ஒருபோதும் திருமணம் செய்து கொள்ளப் போவதில்லை, இரண்டு முறை காதலில் விழும் பெண் நான் இல்லை என்பதை நீங்கள் உறுதியாக நம்பலாம்."

லூயிசா புதர்களுக்குப் பின்னால் ஆரவாரத்தையும் மென்மையான சலசலப்பையும் கேட்டாள்; பின்னர் லில்லி மீண்டும் பேசினாள் — அவள் எழுந்தது போல் சத்தம் கேட்டது. "இது இத்துடன் நிறுத்தப்பட வேண்டும்" "நாம் இங்கு நீண்ட நேரம் இருந்துவிட்டோம், நான் வீட்டிற்குச் செல்கிறேன்." என்று கூறினாள்.

லூயிசா அவர்கள் காலடியோசை தேயும் வரை கேட்டுக் கொண்டு திகைப்புடன் அமர்ந்திருந்தாள். சிறிது நேரம் கழித்து அவள் எழுந்து மெதுவாக வீட்டிற்குள் வந்து சாய்ந்தாள். மறுநாள் அவள் வீட்டு வேலைகளை முறையாகச் செய்தாள்; அது மூச்சு விடுவதைப் போன்ற ஒரு விஷயமாக இருந்தது; ஆனால் அவள் திருமண ஆடைகளைத் தைக்கவில்லை. அவள் ஜன்னலில் அமர்ந்து தியானம் செய்தாள். மாலை ஜோ வந்தார். லூயிசா எல்லிஸ் பிறரைப் புண்படுத்தாது அல்லது வருந்தச் செய்யாது அவர்களோடு பழகும் சாதுரியம் தனக்கு இருப்பதாக ஒருபோதும் நினைத்ததில்லை. ஆனால் அன்று இரவு அவள் வீட்டிற்குத் வந்தபோது, அவள் சாந்தமான குணமுடையவள் தான் என்றபோதிலும், அவளுக்குள் பெண்மையின் சின்னச் சின்ன ஆயுதங்கள் இருந்ததை அறிந்தாள். இப்போதும்கூட, தான் கேட்டது சரியென்றும், ஜோவுக்கு பயங்கரமான காயத்தை ஏற்படுத்த முடியும்

என்றும் அவளால் நம்ப முடியவில்லை. இந்த விஷயத்தில் தனது சொந்த விருப்புகளை காட்டிக் கொள்ளாமல் அவரே பேசட்டும் என்று காத்திருந்தாள். அவள் அதை வெற்றிகரமாகச் செய்தாள். அவர்கள் இறுதியாக ஒரு புரிதலுக்கு வந்தனர்; ஆனால் அது மிக கடினமான விஷயம், ஏனென்றால் அவளைப் போலவே அவரும் தன்னைக் காட்டிக்கொடுக்க பயந்தார்.

லில்லி டயர் பெயரை அவள் குறிப்பிடவே இல்லை. அவர் மீது புகார் எதுவும் இல்லை என்றாலும், தான் ஒரு வழியில் இவ்வளவு காலம் வாழ்ந்ததால், அதில் மாற்றத்தை ஏற்படுத்துவது உவப்பானதாக இல்லை... தான் மிகவும் சுருங்கிவிட்டதாக வெறுமனே கூறினாள்.

"ஆனால், நான் ஒருபோதும் சுருங்கவில்லை, லூயிசா" என்றார் டாகெட்.

"நான் நேர்மையாகச் சொல்கிறேன், ஒருவேளை இந்த வழிதான் சிறந்ததோ என்று தோன்றுகிறது; ஆனால் நீங்கள் தொடர விரும்பினால், இறக்கும் நாள்வரை நான் உங்களிடம் ஒட்டிக்கொண்டிருப்பேன். அது உங்களுக்குத் தெரியும் என்று நம்புகிறேன்."

"ஆம், எனக்குத் தெரியும்" என்றாள்.

அன்று இரவு முன்னெப்போதையும்விட அவளும் ஜோவும் நீண்ட நேரம் பேசிவிட்டு, வாசலில் நின்று, ஒருவர் இன்னொருவர் கைகளைப் பிடித்துக் கொண்டு, சின்ன வருத்தத்துடன் கூடிய நினைவின் கடைசி அலை அவர்கள் மீது வீச, மிகவும் மென்மையாகப் பிரிந்தனர்.

"இது நாம் நினைத்த மாதிரி இல்லை இல்லையா? எல்லாம் முடியப்போகிறதுதானே லூயிசா?" என ஜோ கேட்டார்.

தலையை ஆட்டினாள். அவளின் அமைதியான முகத்தில் கொஞ்சம் நடுக்கம் தெரிந்தது.

"நான் உனக்காக எப்போதாவது ஏதாவது செய்ய முடியும் என்றால் எனக்குத் தெரியப்படுத்து. நான் உன்னை மறக்க

மாட்டேன் லூயிசா" எனக் கூறிவிட்டு, பின்னர் அவளை முத்தமிட்டு, தன் பாதையில் சென்றார்.

லூயிசா அன்று இரவு தனியாக இருந்தாள். கொஞ்சம் அழுதாள், ஏன் என்று அவளுக்குத் தெரியாது. ஆனால், மறுநாள் காலையில் எழுந்தவுடன், அவள் தன்னை ஒரு ராணியைப் போல உணர்ந்தாள். அவளிடமிருந்து அவளுடைய இடம் பறிக்கப்பட்டுவிடுமோ என்று பயந்தபின், அது தன் வசம் உறுதியாக இருப்பதைக் கண்டாள்.

இப்போது உயரமான களைகளும் புற்களும் சீசரின் சின்ன குடிலைச் சுற்றிக் குவியும். பனி அதன் கூரையின் மீது ஆண்டுதோறும் விழும். ஆனால், சீசர் ஒருபோதும் பாதுகாப்பற்ற கிராமத்தின் வழியாகச் செல்ல வேண்டிய அவசியம் இருக்காது. இப்போது அவளின் சின்ன பறவைகள் இரவோடு இரவாக அமைதியான மஞ்சள் பந்தாக மாறக்கூடும். ஆனாலும், விழித்துக்கொண்டு பயத்துடன் எழுந்து படபடக்க வேண்டிய அவசியமில்லை. லூயிசா லினன் தையல் செய்யவும், ரோஜாக்களில் இருந்து எஸன்ஸ் வடிக்கவும், தூசி இல்லாமல் நேர்த்தியாக லாவெண்டர் மணத்துடன் துணிகளை அழகாக மடித்து வைக்கவும் முடியும். அன்று மதியம் அவள் ஜன்னலில் ஊசி எடுத்துக்கொண்டு தையல் வேலையில் உட்கார்ந்தபோது, மிகவும் நிம்மதியாக உணர்ந்தாள்.

லில்லி டயர் நிமிர்ந்த நடையுடன் மலர்ச்சியாகக் கடந்து சென்றாள்; ஆனால் அவளைப் பார்த்து எந்த வருத்தமும் உணரவில்லை. லூயிசா எல்லிஸ் தனது பிறப்புரிமையை ஆரம்பத்திலேயே விற்றிருந்தால், அது அவளுக்குத் தெரிந்திருக்காது. ஆனால் அவள் ருசித்திருந்த சுதந்திரத்தின் வாசம் சமூகத்தில் அதிக மதிப்பில்லாதபோதும் மிகவும் சுவையாக இருந்தது. இவ்வளவு காலமாக அது அவளது ஆன்மாவுக்குத் திருப்தியாக இருந்தது. அமைதியும், அதனுள் யாரையும் அனுமதிக்காத சுதந்திரமும் அவளது பிறப்புரிமையாக மாறியது. ஜெபமாலையில் முத்துகள் போல ஒன்றாக இணைக்கப்பட்ட சீரான நீண்ட எதிர்காலத்தை

நினைத்துப் பார்த்தாள். எல்லாரும் மற்றவர்களை விரும்புகிறார்கள். அனைத்தும் மென்மையாகவும், குறைபாடற்றதாகவும், குற்றமின்றியும் இருந்தது. அவளுடைய இதயம் நன்றியுணர்வில் நெகிழ்ந்தது.

வெளியே உக்கிரமான கோடை மதியம் தகித்துக் கொண்டு இருந்தது; மனிதர்கள், பறவைகள், தேனீக்களின் பரபரப்பான ஒலிகளால் காற்று நிரம்பியிருந்தது; ஆர்ப்பட்டமான குரல்கள், உலோகங்கள் மோதும் ஆரவாரச் சத்தங்கள், இனிமையான அழைப்புகள், நீண்ட ரீங்காரங்கள் ஒலித்தன.

தன் வாழ்வைக் கடவுளுக்கு அர்ப்பணித்த கன்னியாஸ்திரியைப் போல, தனக்காகத் தன்னை அர்ப்பணித்துக் கொண்ட லூயிசா தனியாக அமர்ந்து, பிரார்த்தனையுடன் வரப்போகும் நாட்களைச் சந்தோஷமாக எண்ணிக் கொண்டிருந்தாள்.

எளிய காதல்

அவள் அந்தப் பெரிய சமையலறைத் தொட்டி மீது குனிந்து காலை உணவு சமைத்த பாத்திரங்களைக் கழுவிக் கொண்டிருந்தாள். அவளின் மெலிந்த நோஞ்சானான உடலமைப்பு அவள் வளர்ந்த சூழல் காரணமாக இயற்கையாக அமைந்திருக்கலாம். இப்போது அவள் செய்து கொண்டிருக்கும் கடினமான வேலைக்கும், அவளது உடல் வலிமைக்கும்,இடையே உள்ள இணக்கம் குறைந்ததால் அவள் தன் முழுப் பொலிவை இழந்திருந்தாள். அவளின் விரல் மூட்டுகள் தேய்ந்து, நரம்பு முடிச்சுகள் எலும்புகளுக்கு மேல் துருத்திக்கொண்டிருந்தன. முழங்கைகளுக்கு மேலே சுருட்டப்பட்ட சட்டைகளுக்குப் பின் அவளின் தேய்ந்த தோள் மூட்டுகள் புடைத்துக் கொண்டிருந்தது தெளிவாகத் தெரிந்தது. அவளின் தோள்பட்டை சற்றே முன்னோக்கி வளைந்து இருந்தது. கால்களும் இயல்பாக இணைந்து இல்லாமல் சற்றே அகன்று வளைந்து இருந்தது. தலை முதல் கால் வரை பார்க்கும் போது, அழகு என்பதற்குப் பொருந்திபோகாத தோற்றம் தந்தாள்.

அவள் முகம் வெளிறி, நோய்வாய்பட்ட பெண்ணின் முகத்தைப் பிரதிபலிப்பதாக இருந்தது. அவளின் கொஞ்சமான சிவப்பு முடி, பின்னால் இழுத்து இறுக்கமான சின்ன முடிச்சாகப் போடப்பட்டு இருந்தது. அவளின் தோற்றம் பார்ப்பதற்கு ஆர்வமாகவும் அதே நேரத்தில் கிளர்ச்சியற்றும் இருந்தது.

கதவு தட்டும் சத்தம் கேட்டது. சமையலறைத் தொட்டிக்கு எதிரே, சமையலறைக் கதவுக்குப் பின்னால் இருந்த ஸ்டோர் ரூமில் இருந்து

பெரி விஸ்கின்ஸ் ஃபிரீமன் கதைகள் | தமிழில்: கமலி பன்னீர்செல்வம்

இவளின் தோற்றத்துக்குச் சற்றும் சம்மந்தமில்லாத ஆஜானபாகுவான உருவம் ஒன்று எட்டி பார்த்தது.

"சாலி, யார் அது?" என்றாள்.

"எனக்குத் தெரியவில்லை மேடம்."

"சரி, வாசலுக்குப் போய் யாரென்று பார்க்க முடியாதா? நான் அந்தப்பக்கம் போகும் நிலையில் இல்லை. என் கைகள் முழுதும் வெண்ணெயாக இருக்கிறது.

சாலி பாத்திரம் தேய்த்து சிவந்திருந்த தன் விரல்களைத் தண்ணீரில் கழுவிவிட்டு, ஈரக்கையுடன் வாசலுக்குச் சென்றாள்.

அங்கே ஓர் உயரமான மனிதன், சீராக வெட்டப்படாத ஒழுங்கற்ற மீசையுடன் நின்றிருந்தான்.

அவன் கையில் பொருட்களை அளப்பதற்கான தராசு இருந்தது.

"காலை வணக்கம், மேடம். உங்களிடம் ஏதாவது பழைய துணி இருக்கிறதா?" என்று கேட்டான்

"நான் பார்க்கிறேன்" எனக் கூறிவிட்டு, பின்னர் அவள் ஸ்டோர் ரூம் சென்று, தன் எஜமானியிடம் அது தகர வியாபாரி என மெதுவாகக் கூறினாள்.

திருமதி கிங், "ஏன் அவன் இன்னொரு நாள் வரமுடியாதா? இதோ நான் வெண்ணெய்க்கு நடுவில் உட்கார்ந்து இருக்கிறேன். நிறைய பழைய துணிகள் இருக்கு. அதைப் போட்டு உடனே சில புதிய பால் கேன் வேறு எடுக்க வேண்டும். சகிப்புதன்மையின்றி பெரிய தொல்லை!" என்றாள்.

இவை அனைத்தும் வாசலில் நின்று கொண்டிருந்த தகர வியாபாரியின் காதுகளுக்கு எட்டின. ஆனாலும் அவன் வெறுமனே காத்திருந்தான், இயல்பாகச் சிரிப்பால் வளைந்திருந்த அவனது பெரிய கோணல் வாயுடனும், அழகான நீலக்கண்களுடனும் சமையலறையில் இருந்த பொருட்களைப் பார்வையால் கூர்மையாக ஆராய்ந்து

கொண்டிருந்தான். குறிப்பாகச் சமையலறை சிங்குக்குத் திரும்பியிருந்த சாலியின் அந்த மெல்லிய சாய்ந்த உருவத்தைப் பார்த்துக் கொண்டிருந்தான்.

திருமதி கிங், கொஞ்சம் சந்தேகமாகத் தனக்குள்ளாக ஒரு முடிவெடுத்துவிட்டு, அந்தத் தகர வியாபாரியை அணுகி, "நான் உன்னிடம் பழைய துணிகளைப் போட்டு, பாத்திரம் எடுக்க வேண்டும். ஆனால் இன்று காலை ஆரம்பித்த இந்த வெண்ணெய் எடுக்கும் வேலையை எப்படிப் பாதியில் நிறுத்துவது என்று தெரியவில்லை. வேறொரு நாள் நீ வந்திருந்தால் நாம் வியாபாரம் செய்திருக்க முடியும் என நினைக்கிறேன்" என்றாள்

"நல்லது" என்று சிரித்தபடி பதிலளித்தான், "எனக்கு மட்டும் இது தெரிந்திருந்தால் நான் வந்திருக்க மாட்டேன் மேடம். ஆனால் நீங்கள் உங்கள் வாசல் கேட்டில், செய்தித்தாளில், காலண்டரில் விளம்பரப்படுத்தவில்லை என்றால் எனக்கு எப்படி இது தெரிந்திருக்கும் சொல்லுங்கள்."

அந்தப் பெண்மணி முடிவை எடுப்பதற்கு ஏதுவாக, கதவை ஒட்டிய வாசல்படிக்கு எதிராகச் சிரித்துக்கொண்டே, அவனது தராசு தட்டுகளை ஒலிக்கச் செய்து கொண்டு காத்திருந்தான்.

அவள் விருப்பமில்லாமல், நெற்றியைச் சுருக்கிச் சிரித்தாள்.

"சரி. நிச்சயமாக உன்னைக் குற்றம் சொல்ல வேண்டியதில்லை. நான் போய் மச்சில் இருக்கும் பழைய துணிகளை எடுத்து வருகிறேன்.நிறைய துணிகள் இருப்பதால் அதற்குச் சிறிது நேரம் எடுக்கும். அதுவரை உன்னால் காத்திருக்க முடியுமா என எனக்குத் தெரியவில்லை."

"அட பரவாயில்லை, நான் அதற்காக அலட்டிக்கொள்வதில்லை. நானும் முடிந்தவரை கொஞ்சம் ஓய்வெடுக்கச் செய்வேன். இந்த வருடத்தில் இது அதிக அனல் பறக்கும் காலை நேரம் தான், எனக்கு முன்னால் ஒரு நாள் முழுவதுமாக இருக்கிறது" என்று தகர வியாபாரி

பதிலளித்தான்.

பின்னர் உள்ளே வந்த அந்த வியாபாரி, தனது கால் முட்டுகளைச் சற்றே தளர்த்திக்கொண்டு, கதவுக்கு அருகில் இருந்த ஒரு நாற்காலியில் அமர்ந்தான்.

திருமதி கிங் அந்த இடத்திலிருந்து வெளியேறிய பின்னர், சில நிமிடங்களுக்குச் சமையலறைத் தொட்டியில் வேலை செய்துகொண்டிருந்த பெண்ணை உற்றுப் பார்த்துக் கொண்டிருந்தான். அவள் முகத்தில் கொஞ்சம் வெட்கமும் தன்னைத்தான் பார்க்கிறானா என்கிற சந்தேகமும் இருந்தாலும் தன் வேலையைத் தொடர்ந்து செய்துகொண்டிருந்தாள்.

அவளைப் பார்த்து, "உங்களுக்குத் தொந்திரவாக இல்லை என்றால் ஒரு க்ளாஸ் தண்ணீர் தரமுடியுமா மிஸ்?" என வினவினான்.

சமையலறைத் தொட்டியை ஒட்டி, அறை மூலையில் இருந்த அலமாரியில் சூடான தண்ணீரில் கழுவி அடுக்கப்பட்டிருந்த கண்ணாடி டம்ளர் ஒன்றில் நீரை நிரப்பி எடுத்து கொண்டு வந்தாள். அவனிடம் அதை நீட்டியவாறு, "ஜில்லென்றுதான் இருக்கிறது. சில நிமிடங்களுக்கு முன்புதான் கிணற்றில் இருந்து எடுத்து வந்தேன். ஜில்லென்றுஇல்லை என்றால்,சொல்லுங்கள். உங்களுக்காகக் கிணற்றில் இருந்து கொஞ்சம் எடுத்து வருகிறேன்" என்றாள்.

“நல்ல தண்ணீர். இந்த ஜில்லிப்பு போதும், அன்பும் நன்றியும் மிஸ்” என்றான்.

பின் அந்த டம்ளரில் இருந்த தண்ணீரை முழுதுமாகக் குடித்துவிட்டு, சிங்குக்குத் திரும்பியிருந்த அவளிடம் அதை எடுத்துச் சென்றான். அவள் பாத்திரம் கழுவும் பணியிலிருந்து ஒரு நொடிப் பொழுதும் விலகியிருக்கத் துணியவில்லை.

அந்தக் காலி டம்ளரை சமையலறைத் தொட்டிஅருகில் வைத்தான். பின்னர் அந்தப் பெண்ணின் மென்மையான தோளைத் தன் பக்கமாகத் திருப்பினான். அவள் முகம் வெளுத்து சிறு வெலவெலப்புடன் திரும்பினாள்.

"அமைதி! அமைதி! நீ என்னைக் கண்டு பயப்பட வேண்டாம், உன்னைப்போல பலவீனமான தோற்றமுடைய பெண்ணை நான் இதுவரை பார்த்தது இல்லை. உன்னை ஒருபோதும் காயப்படுத்த மாட்டேன்" என்றான் அந்த வியாபாரி.

அவள் அரைகுறை நம்பிக்கையுடன் பரிதாபமாக அவனை நிமிர்ந்து பார்த்தாள். அவளின் விரிந்த நீலக்கண்களைச் சுற்றி கருவளையங்கள் இருந்தன.

"நீ அழுது கொண்டிருந்தாய், இல்லையா?"

அந்தப் பெண் மெல்ல தலையசைத்தாள். தொடர்ந்து "தயவுசெய்து என்னைப் போக விடுங்கள்" என்றாள்.

"சரி, நான் உன்னைப் போக விடுகிறேன்; ஆனால் நான் முதலில் உன்னிடம் சில கேள்விகளைக் கேட்கப் போகிறேன், அவற்றிற்கு நீ சரியாகப் பதிலளிக்க வேண்டும் என்று நான் விரும்புகிறேன், ஏனென்றால் நான் ஒருபோதும் விசாரிக்காமல் எந்த முடிவுக்கும் வரமாட்டேன். அவங்க உன்னை நன்றாக நடத்தவில்லையா?" எனத் திருமதி கிங் சென்ற திசை நோக்கிக் கையை நீட்டிக் குறிப்பாகக் கேட்டான்.

"ஆம், ஓரளவு நன்றாக நடத்துகிறார்கள் என்றுதான் நினைக்கிறேன்."

"ஏய் உன்னை ஒருபோதும் திட்டியதில்லையா?"

"எனக்குத் தெரியவில்லை; சில நேரங்களில் திட்டியிருக்ககூடும்."

"இன்று காலை உன்னைத் திட்டினாள், இல்லையா?"

"நான் கொஞ்சம் மெதுவாக வேலை செய்தேன்."

"உன்னை அதிக நேரம் வேலை செய்ய வைக்கிறாள், இல்லையா?"

"ஆம்; இந்தக் காலக்கட்டத்தில் அது செய்யக்கூடியது தானே?"

"கூலி ஆட்களுக்குச் சமைப்பது, பால், வெண்ணெய், மோர் எடுக்கும் வேலையா?"

"ஆம்."

"எவ்வளவு காலமா இங்க இருக்க?"

"நான் சின்ன பெண்ணாக இருந்தபோதே என்னை அவளுடன் அழைத்து வந்துவிட்டாள்."

"வேலை தவிர வேறு ஏதாவது செய்கிறாயா? உனக்கென நேரம் கிடைக்குமா? எப்பவாவது மற்ற பெண்களைப் போல வெளியே சென்று வருவாயா?"

"சில நேரம்." அவள் அதைத் தயக்கத்துடன் கூறினாள், அந்த உண்மையை நிரூபிக்க ஏதுவாகச் சிலவற்றை மனதில் நினைவுப்படுத்தி பார்த்தாள்.

"நல்ல சம்பளம் கிடைக்குமா?"

"என் பதினெட்டு வயதிலிருந்து வாரத்திற்கு ஒரு டாலர். இங்கு நான் வேறு சிலருடன் சேர்ந்துதான் முன்பு வேலை செய்தேன்."

"உனக்கு உடன்பிறந்தவர்கள் இருக்கிறார்களா?"

"எனக்குச் சில சகோதரர்களும் சகோதரிகளும் இருக்கிறார்கள் என்று நினைக்கிறேன். ஆனால் எங்கே என்று தெரியவில்லை. அவர்களில் இருவர் மேற்கு பக்கமாகச் சென்றுவிட்டனர், ஒருவர் நியூயார்க் மாநிலத்தில் எங்கோ திருமணம் செய்து கொண்டார். அப்பா இறந்ததும் எங்கள் குடும்பம் சிதறிப் போனது. நாங்கள் பத்துப் பேர் இருந்தோம், எங்கள் குடும்பம் மிகவும் ஏழ்மை நிலையில் இருந்தது. திருமதி கிங் என்னை அழைத்து வந்துவிட்டாள். அப்போது நான் ரொம்ப சின்ன பெண்; நான்கு வயதிருக்கும் என்று சொன்னார்கள். திருமதி கிங்கைத் தவிர வேறு யாரையும் எனக்குத் தெரியாது.

அந்தத் தகர வியாபாரி இரண்டு முறை சமையலறைக்கும் வாசலுக்குமாக ஏறி இறங்கினான்; சாலி பாத்திரங்கள் கழுவும்

வேலையில் தன்னைப் புதைத்துக்கொண்டாள். பின்னர் அவளிடம் திரும்பி வந்தான்.

"இங்கே பார். உன் பாத்திரம் கழுவும் வேலையை ஒரு நிமிடம் நிறுத்திவிட்டு, என் முகத்தை நன்றாகப் பார்க்க வேண்டும். அப்புறம் நீ என்னைப் பற்றி என்ன நினைக்கிறாய் என நான் தெரிந்து கொள்ள விரும்புகிறேன், என்ன நினைக்கிறாய் சொல்லு" என்றான்.

சிவந்து பரந்த, சீராக வெட்டப்படாத ஒழுங்கற்ற மீசையுடன் சற்றே கன்னத்து எலும்புகள் புடைத்து, முகத்தில் குறுகுறுப்பு பொங்க தன்னைப் பார்க்கும் அவனை ஒரு கணம் நிமிர்ந்து வெட்கத்துடன் பார்த்தாள். பின்னர் திரும்பி தனது கைகளை மீண்டும் பாத்திரம் கழுவும் டப்பில் அழுத்திக்கொண்டாள்

திரும்பிப் பார்க்காமலே, "எனக்குத் தெரியாது" என வெட்கத்துடன் கூறினாள்.

"சரி, உனக்குத் தெரிந்திருக்கலாம், ஆனால் அதை வார்த்தைகளில் சொல்லத் தெரியாதிருக்கலாம். இப்போது ஜன்னலுக்கு வெளியே நான் நிறுத்தியிருக்கும் பழைய பொருட்கள் எடுத்துச் செல்லும் என் தகர வண்டியைப் பார். அது எனக்குச் சொந்தம். நான் எந்த நிறுவனத்திற்காகவும் வேலை செய்யவில்லை. நான் ஒரு குதிரை வண்டியை வைத்திருக்கிறேன். பழைய துணிகளை, பழைய தகரங்களை வாங்கி விற்கிறேன். அனைத்தும் எனது சொந்த முயற்சியிலதான் உள்ளது. நான் அதை நன்றாகச் செய்கிறேன்; கொஞ்சம் பணம்கூடச் சேர்த்து வைத்திருக்கிறேன். எனக்குக் குடும்பம் இல்லை."

"இப்போது நான் சொல்ல வருவது இதுதான்; நீ இந்தப் பாத்திரம் கழுவுவதை, உன்னைக் கடிந்துகொள்ளும் உன் எஜமானியம்மாவை, உனது சமையல் வேலை, வெண்ணெய், பால், மோர் தயாரிக்கும் அனைத்து வேலையையும் விட்டுவிட்டு, என்னுடன் என் தகர வண்டியில் ஏறிக்கொள்கிறாய் என வைத்துக் கொள்வோம்.

43

யாருக்கும் உன்னைத் தெரியாது. உன் எஜமானியம்மாவுக்கும் தெரியாது. ஒரு வாரத்தில் உனக்கே உன்னைத் தெரியாது. உனக்குச் செய்வதற்குச் சின்ன வேலைகூட இருக்காது. ஆனால் ஒரு ராணியைப் போல எனது குதிரை வண்டியில் சவாரி செய்து கொண்டு நாட்டைச் சுற்றிப் பார்க்கலாம். ஏனென்றால், நாங்கள் அப்படித்தான் வாழ்வோம் என்பது உனக்குத் தெரியும்தானே? நான் உன்னை ஒரு அடிமையாக வைத்திருக்க மாட்டேன். உணவிற்காகச் சாலையோரக் கடைகளில் நிறுத்தி உணவருந்துவோம். பின்னர் இரவு நேரங்களில் பொதுச் சத்திரங்களிலோ அல்லது பண்ணைக் குடியிருப்புகளிலோ வண்டியை நிறுத்தி விடுவோம். இதற்கு நீ என்ன சொல்கிறாய்?"

அவள் இப்போது பாத்திரம் கழுவுவதை நிறுத்திவிட்டு, லேசாக வாயைப் பிளந்து, கன்னங்கள் சிவக்க அவனையே பார்த்துக்கொண்டு நின்றாள்.

"நான் பார்க்க அவ்வளவு அழகான தோற்றமுடையவன் இல்லை என்று எனக்குத் தெரியும்," என்று தகர வியாபாரி தொடர்ந்தான், "மேலும் நான் உன்னைவிட வயதானவன். எனக்குக் கிட்டத்தட்ட நாற்பது வயதாகிறது. அதோடு 'நான் ஏற்கெனவே திருமணம் செய்துகொண்டவன். நீ உடனடியாக என்னை விரும்புவாய் என்று நான் நினைக்கவில்லை, ஆனால் நீ சிறிது நேரம் யோசிக்கலாம். நான் உன்னைப் பார்த்துக்கொள்வேன். உன் சின்ன சின்ன தேவைகளை என்னால் பூர்த்தி செய்ய முடியும். உன்னை நேசிக்கும் ஒருவன் உன்னைக் கவனித்துக் கொள்வது, உனக்குக் கடினமான வேலைகளைத் தராமல், உனது கஷ்டகாலங்களில் இணைந்து இருப்பது பற்றி எல்லாம் உனக்கு எதுவும் தெரிந்திருக்க வாய்ப்பில்லை என்று நினைக்கிறேன்."

அப்போதும் அவள் எதுவும் பேசாமல் அவனையே பார்த்துக் கொண்டு நின்றாள்.

திடீரென்று ஓர் எண்ணம் தோன்ற, "நீ பெரிய அழகெல்லாம் இல்லை, இல்லையா?" தகர வியாபாரி கேட்டான்.

"இல்லை." தலையை அசைத்தாள், அவள் கன்னங்கள் சிவந்தன.

"சரி, என்னுடன் வருவதற்கு என்ன சொல்கிறாய்? நீ சீக்கிரமாக உறுதியான முடிவு எடுக்க வேண்டும். இல்லை உன் எஜமானி அம்மா திரும்பி விடுவாள். அந்தப் பெண் கிட்டத்தட்ட உலகத்தைப் பற்றி அறியாத முட்டாளாகத்தான் இருந்தாள். ஆனால் அவளுடைய உள்ளுணர்வு ஒரு தேவதையைப் போல தைரியமாகவும் அப்பாவியாகவும் இருந்தது. அவளுடைய பெற்றோரின் மந்தமான புத்தி மற்றும் செயலற்றதன்மை ஆகியவற்றால் அது கறைபட்டு இருந்தாலும், ஒரு வழியில் அவள் போதுமான தைரியத்துடன்தான் இருந்தாள்.

அது கடவுளின் அருளா அல்லது அவள் மூதாதையர்களின் கிருஸ்துவச் சீர்திருத்த பரம்பரை ரத்தத்தில் இருந்து வந்ததோ, அவளது நாடி நரம்புகளில் அந்த நெருப்பு குறையாமல் இருந்தது. அவளால் பெரிதாக எதையும் சீர்தூக்கிப் பார்க்க முடியாது என்றாலும், சரி மற்றும் தவறுக்கு இடையிலான வேறுபாடுகளைத் தெளிவாகப் பார்க்கத் தெரிந்து வைத்திருந்தாள்.

யாரும் அவளை நல்ல பெண் என்பதைத் தவிர வேறு எதுவும் சொன்னதில்லை

இதை ஒருவேளை கொஞ்சம் இகழ்ச்சியாகக் கூறினாலும், அவள் எப்போதும் "ஒரு நல்ல பெண்" தான்.

அவள் கன்னங்கள் துடிக்க, தன் முன்னால் இருந்த மனிதனைப் பார்த்தாள். அவள் கண்கள் ஒரேயடியாகத் தாழ்ந்து தரையில் ஏதோ தேடியது.

"எனக்குப் புரியவில்லை, நீங்கள் எப்படி இப்படிச் சொல்கிறீர்கள்" என்று அவள் தடுமாறினாள்.

"நான் எஜமானியிடம் சொல்லாமல் கொள்ளாமல் எங்கும் செல்ல மாட்டேன். அது சரியும் இல்லை, நேர்மையாக இருக்க வேண்டும்."

தகர வியாபாரியின் முகம் அவளைப் போலவே சிவந்தது. "இங்க பார் குட்டிமா, நான் சொல்வதைக் கேள், கடவுள் மேல் ஆணையாக, தவறான நோக்கம் இருந்தால் உன்னிடம் கேட்டிருக்கவே மாட்டேன். வேறு அழகான பெண்களைத் தேடிச் சென்றிருப்பேன். ஓ, கடவுளே நான் அப்படிப்பட்டவன் இல்லை. நான் விரும்புவது என்னவென்றால், உன்னை நேர்மையாக மணந்து, உன்னைக் கவனித்துக் கொள்ள வேண்டும், உன் முகத்தின் பொலிவைப் பார்த்து சந்தோஷப் படவேண்டும்."

"திடீர் பெரிய முடிவைச் சட்டெனு எடுக்க முடியாது என்று எனக்குத் தெரியும். இதற்கு முன் ஒருபோதும் பார்க்காத ஒருவனை நம்பித் திருமண ஒப்பந்தத்திற்குள் நுழைவது எவ்வளவு கஷ்டம் என்றும் தெரியும். உன்னால் ஒத்துக்கொள்ள முடியாவிட்டால், அதற்காக நான் உன்னை ஒருபோதும் குறை சொல்ல மாட்டேன்; ஆனால் நீ என்னுடன் நன்றாக இருந்தால், இதற்காக ஒருபோதும் வருத்தப்பட மாட்டாய். பெரும்பாலான மக்கள் என்னை ஒரு முட்டாள் என்று நினைப்பார்கள். ஒருவேளை நான் முட்டாளாகக்கூட இருக்கலாம். ஆனால், நான் உன் கண்களைச் சந்தித்த அந்த நொடி முதல் உன்னைக் கவனித்து கொள்ள வேண்டும் என விரும்புகிறேன். நீ நேசிக்கிறாயோ இல்லையோ உன்னை நான் பார்த்துப் பார்த்து, கவனித்துக் கொண்டால் அது தானாகவே நேசமாக மாறும் என எனக்குத் தெரியும். இப்போது நீ விரைவாக உன் முடிவை எடு. இல்லையேல் எஜமானியம்மா திரும்பி வருவாள்."

சாலிக்குக் கொஞ்சம் கற்பனை வளமும் இயல்பாகவே அன்பு செலுத்தும் குணமும் இருந்தது. எல்லாப் பெண்களின் இதயங்களிலும் இருப்பது போலவே அவளுடைய இதயத்திலும், ஒரு காதலனுக்கான ரகசியமான ஏக்கமும், வெட்கமும், அவள் வளரும்போதே வலுவாக வளர்ந்தது. ஆனால் அவள் ஒருபோதும் கனவு கண்டதில்லை.

இப்போது அவள் தன் முன் நின்று கொண்டிருந்த எளிய, சுறுசுறுப்பான, நல்ல குணம் கொண்டிருந்தவனின் முகத்தை

ஆராய்ந்தாள். அது அவளது ஆதரவற்ற இதயத்தில் இருந்த ஏக்கத்தை இயற்கையாகவே நிரப்பியது. அவனது தோற்றம் முந்தைய நிச்சயமற்ற தன்மை எதையும் ஏற்படுத்தவில்லை. ஏனென்றால் அவளுக்கு முந்தைய அனுபவம் எதுவும் இல்லை. இதுவரை அவளிடம் இப்படி யாரும் பேசியதும் இல்லை. அவனது பேச்சு சரளமாகவும், கொஞ்சம் முரட்டுத்தனமாகவும் இருந்தாலும் அது ஒரு பெண்ணைக் கவரும் அளவு உணர்வுப்பூர்வமாக இருந்தது. மேலும் நுட்பமான ஒரு பெண் இந்தப் பேச்சில் முழுவதுமாக விழாமல் இருந்திருக்க முடியாது.

அவனின் இயற்கையான இந்த ஒழுக்கமற்ற நெறிபிறழ்ந்த செயல் அவளைத் திகைப்படையச் செய்யவில்லை. அவள் மரபொழுக்கத்திற்கு மனசாட்சி தேவை இல்லை. அவள் மிக எளிமையானவள். சரி அல்லது தவறு மட்டுமே அவளுக்குத் தெரியும். விசித்திரமாகச் சொல்வதென்றால், தன் எஜமானியை இப்படி விட்டுச் செல்வதால் அவளுக்கு அதன் பிறகு ஏற்படக் கூடிய பிரச்னை குறித்து எதுவும் சிந்திக்கவில்லை.

இப்போது அவள் தன் காதலனை நம்பத் தொடங்கினாள். அவள் அவனை நம்பத் தொடங்கியவுடன் அவள் ஏழை, அழகற்றவள், இது அவள் அறியாத சின்ன விஷயம். அனைத்தும் மறந்து போயின. அவள் மற்ற பெண்களைப் போலவே நேசிக்க ஆரம்பித்தாள். அவள் சிவந்த முகமெங்கும் காதலின் அடையாளங்கள் பளிச்சிட்டன. வியாபாரி அவளைப் பார்த்துப் புரிந்து கொண்டான்.

"நீ வருகிறாய் இல்லையா, சின்ன பெண்ணே?" அவன் கீச்சிட்டான்.

பிறகு, அவள் கண்கள் அவன் கண்களைச் சந்தித்தன. அவள் வாய் அழுகைக்கும் புன்னகைக்கும் இடையில் நடுங்கியது. அவன் ஓர் அடி மேலே எடுத்து வைத்து அவளை நோக்கித் தன் கைகளை நீட்டினான். பின்னர் சட்டெனப் பின்வாங்கினான். அவனது கைகளைக் கீழே

தாழ்த்திக்கொண்டான்.

"இல்லை" அவன் முனகினான். "நான் மாட்டேன்; நான் உன்னைக் கட்டிப்பிடிக்க விரும்புகிறேன், ஆனால் நான் மாட்டேன்; நீ என் மனைவியாக ஆகும் வரை உன் மென்மையான கையை நான் தொட மாட்டேன். நான் நேர்மையானவன் என்பதை நீ தெரிந்துகொள்வாய். ஆனால் நேரமாகிறது இப்போதே வா சின்ன பெண்ணே, அல்லது உன் எஜமானியம்மா திரும்பி வந்துவிடுவாள். அவள் உடல்நிலை சரியில்லாமல் சுருண்டிருக்கலாம் என நம்புகிறேன். இல்லை இந்நேரம் அவள் திரும்பி வந்திருப்பாள். இப்போதே சீக்கிரம் வா அன்பே."

"இப்பவேவா?" என்று சாலி கேட்டாள்.

"ஏன், இப்போதுதான்! நிச்சயமாக இப்போதுதான்! காத்திருப்பதால் என்ன பயன்? ஒருவேளை நீ திருமண கேக் செய்ய விரும்பலாம், ஆனால் டெர்பியில் சிலவற்றை வாங்குவது நல்லது என்று நான் எண்ணுகிறேன், ஏனெனில் அது உன் எஜமானி கிழவியை ஓடவைக்கலாம்" என்று தகர வியாபாரிசிரித்தான்.

"என்னுடைய அந்தத் தகர வண்டியில் உன்னை ஒளித்து வைக்கப் போகிறேன். அங்கு நிறைய இடம் இருக்கிறது, ஏனென்றால் நான் கிட்டத்தட்ட ஒரு வாரத்திற்கு மேல் சாலைகளில் நிறைய பொருட்களை விற்றுவிட்டேன். உன் எஜமானியம்மாவிடம் வியாபாரம் முடித்தபின், ஒரு அப்பாவியான ஆட்டுக்குட்டி போல இந்த முற்றத்தை விட்டு வெளியேற போகிறேன். பாதுகாப்பான தூரம் செல்லும் வரை அமைதியாக வண்டியை ஓட்டப் போகிறேன். அதன் பின்னர் என் வண்டியின் உள்ளிருந்து நீ வெளியே வந்து, என் பக்கத்தில் அமர்ந்து கொள்வாய். டெர்பிக்குச் செல்லும் வரை நீ என் பக்கத்திலேயே அமர்ந்திருக்கலாம். பத்து டாலர் சம்பாதிக்க விரும்பும் ஒரு அதிகாரியைச் சந்தித்தவுடன், நாம் திருமணம் செய்து கொள்வோம்."

"ஆனால்" சாலி திணறினாள். "நான் எங்கே இருக்கிறேன்

என்று எஜமானியம்மா கேட்பாள்."

"அதை நான் பார்த்துக் கொள்கிறேன். நீ அங்கே வண்டியில் படுத்து நான் சொல்வதை மட்டும் கேள்.

"மேடம்! நான் இப்படி செய்யப் போகிறேன் என்று அவளின் முகத்திற்கு எதிரே சொல்லிவிட்டு, அவள் கண்களுக்கு முன்பாக உன்னை என் பக்கத்தில் அமர வைக்க முடியும். ஆனால் அவள் கடினமான வார்த்தைகளைப் பேசுவாள். நீ இப்போதே பயந்து போய்தான் இருக்கிறாய். அவளின் பேச்சைக் கேட்டு அழக்கூடும். உன் கண்கள் சிவந்துவிடும்; அவள் உன்னை மரியாதையின்றிப் பேசக்கூடும். அதனால் நீயும் பின்வாங்கத் தயாராகி விடுவாய். பெண்கள் சகப் பெண்களை வார்த்தையால் துன்புறுத்துவார்கள். அவர்கள் எந்தப் பெண்ணையும் புரிந்து கொள்ள வாய்ப்பில்லை. ஆனால் அவர்கள் ஒரு ஆணை அதிகமாக நம்புகிறார்கள். அதனால் இதுதான் சிறந்த வழி என்று நான் கருதுகிறேன்." அவன் கதவை நோக்கிச் சென்று, அவளை வரச் சொன்னான்.

"ஆனால், எனக்கு என் தொப்பி வேண்டும்."

"பரவாயில்லை, அதைப் பற்றிக் கவலைப்படாதே; நான் உனக்கு டெர்பியில் புதிதாக ஒன்று வாங்கித் தருகிறேன்."

"ஆனால், நான் டெர்பி அடையும் வரை வெறும் தலையுடன் சவாரி செய்ய விரும்பவில்லை"என்று சாலி கிட்டத்தட்ட அழுதுவிடுவதுபோல கூறினாள்.

"சரி, உன்னைப் போல யோசிக்க எனக்குத் தெரியாது குட்டிமா, அதுதான் உண்மை. ஆனால், சீக்கிரம் உன் தொப்பியை எடுத்துக்கொள், அல்லது அவள் வந்து விடுவாள். ஒரு நிமிடத்திற்கு முன்பு நான் அவள் வருவது போல ஓசை கேட்டேன் என்று நினைக்கிறேன்."

"அப்புறம் நானும் கொஞ்சம் பணம் சேமித்து வைத்திருக்கிறேன்."

"சரி, அதை எடுத்து வா. அந்த வயதான பெண்மணிக்கு மதிப்புமிக்க பரிசுகளை வழங்க எனக்கும் விருப்பமில்லை.

அந்தப் பணத்துக்கு அதனுடன் சர்க்கரைப் பழம் வாங்கிக் கொள்ளலாம். ஆனால். கவனமாக இரு.”

அவள் அவனை மீண்டும் ஒருமுறை பயத்துடன் பார்த்தாள். பின்னர் அறையைவிட்டு வேகமாக வெளியேறினாள். அவளது தளர்வான காலிக்கோ கவுன், அவளின் மெல்லிய கால்கள், கூர்மையான இடுப்புகளின் அழகற்ற ஒவ்வோர் அசைவுக்கும் இடமளித்தது.

‘‘அவளுக்கு ஒரு கவுனை எடுத்துத் தரவேண்டும். அதில் பின்புறத்தில் மடிப்புகள் இருக்க வேண்டும்” என்று யோசித்தவாறு அவளைப் பின்தொடர முயற்சித்தான். பின்னர் அதனைக் கைவிட்டு, அவன் தனது தகர வண்டிக்கு விரைந்து சென்று, அதன் நடுவில் ஒரு காலி இடத்தை ஏற்பாடு செய்தான். அவன் ஒரு பெரிய கோட் வைத்திருந்தான். அதைத் தரையில் விரித்தான்.

“குட்டிமா, நான் உன்னை இங்கே உள்ளே வைக்கப் போகிறேன்’’ என மெல்லக் கிசுகிசுத்தான். சாலி வெளிப்பட்டபோது, அவள் தொப்பி அணிந்திருந்ததுடன், அவள் தோள்களின் மீது பச்சைடிலைன் சால்வை ஒன்றும் இருந்தது. அவள் கையில் பழைய கைப்பை ஒன்று தொங்கிக் கொண்டு இருந்தது.

இருட்டு அறைக்குள் எட்டிப் பார்த்த குழந்தையின் கண்கள் போல் அவள் வளைந்து திரும்பி அவனைப் பார்த்தாள். “நீங்கள் உண்மையாகத்தான்சொல்கிறீர்களா?”

“கடவுளுக்கு முன் நான் சத்தியம் செய்கிறேன், சின்ன பெண்ணே. இப்போது சீக்கிரம் வா, ஏனென்றால் அவள் வருகிறாள்!”

அவளது சின்ன கால்கள் அவளைத் தாங்க முடியாத அளவுக்கு வலுவிழந்திருந்ததால், அவன் அவளைத் தூக்கிவிட வேண்டியிருந்தது. அது நடந்து ஒரு கணம்கூட இல்லை, திருமதி கிங் சமையலறை வாசலில் நின்றாள்.

“அட இங்க பாரு! நீ இன்னும் போகவில்லையா?” என்று

தகர வியாபாரியை அழைத்தாள்.

"இல்லை அம்மா. நான் என் குதிரையைக் கவனிக்க வெளியே வந்தேன். அதைச் சுற்றி ஈக்கள் மொய்த்துக் கொண்டு இருந்தன. அதோடு ஒரு பெரிய குளவி வேறு சுற்றிச் சுற்றி வந்து ரீங்காரமிட்டுக் கொண்டிருந்தது" எனக் கூறிக்கொண்டே எதுவும் நடக்காதது போன்ற இயல்பான முகத்துடன் படியேறி, கதவருகே வந்தான்.

"சரி, எனக்குத் தெரியாது, ஆனால் நீண்ட நேரம் காத்திருந்ததால் நீ சோர்ந்து போய் சென்றிருப்பாய் என நினைத்தேன். நீ அவசரப்பட வேண்டாம் எனக் கூறியதால், வண்ணத்துணிகளில் இருந்து வெள்ளைத் துணிகளைப் பிரித்தெடுக்கதான் நீண்ட நேரமானது. அது நிறைய மதிப்பு இருக்கும் என எனக்குத் தெரியும்.

பழைய பொருட்கள் வாங்கும் வியாபாரி வருவதற்கு முன்பு அவை அனைத்தையும் பிரித்து அடுக்க வேண்டும் என்று நினைத்தேன். கடந்த வாரம் சாலியிடம் அந்த வேலைகள் குறித்துச் சொல்லியிருந்தேன் என நினைக்கிறேன். ஆனால், அவளுக்கு உடல்நிலை சரியில்லாமல் போய்விட்டது.

"ஏய், சாலி... சாலி எங்கே?"

"யாரு?"

"சாலி, நீ வரும்போது பாத்திரங்களைக் கழுவிக் கொண்டிருந்த பெண், வாசலுக்கு வந்து கதவு திறந்த பெண்."

"ஓ, அந்தப் பெண்ணா! நான் என் குதிரையைப் பார்க்க வெளியே செல்வதற்கு ஒரு நிமிடம் முன்பு அவள் கதவைத் தாண்டிச் செல்வதைப் பார்த்தேன் என்று நினைக்கிறேன்."

"சரி, நான் அவளை அழைக்கிறேன், இல்லையென்றால் அவள் ஒருபோதும் பாத்திரங்களைக் கழுவி முடித்துச் சமையலை ஆரம்பிக்க மாட்டாள் என நினைக்கிறேன். பழைய துணிகளைப் பற்றிப் பிறகு பார்ப்போம்."

திருமதி கிங் கதவை நோக்கி நகர்ந்தார். ஆனால் தகர

வியாபாரி அவளை நிறுத்தினான்.

"மேடம், நீங்கள் விரும்பினால் நாம் முதலில் வியாபாரம் செய்து முடிக்கலாம். பின்னர் சாலியை அழையுங்கள். எனக்கும் வேலை சீக்கிரம் முடியும். நான் கொஞ்சம் விரைவாகக் கிளம்ப வேண்டும். அதிக நேரம் காத்திருக்க முடியாது."

"சரி" என்றார் திருமதி கிங். ஆர்வமில்லாமல், "உன்னிடம் அவளை அழைக்குமாறு நான் கட்டளையிடவில்லை. ஆனால், எனக்கு இது போல அவர்களை அழைத்து உதவி கேட்க வேண்டிய அவசியம் உள்ளது. இப்படிச் செய்யவில்லை என்றால் சாலி எப்போது வேலைகளை முடித்து, எப்போது உணவு வகைகளைச் சமைத்துக் கொடுப்பாள். இப்போதைக்கு அது நடக்கும்போலத் தோன்றவில்லை.

"சரி, நான் பார்த்ததில் இருந்து, அவளும் செய்வாள் என்று எனக்குத் தோன்றவில்லை" எனக் கூறிவிட்டு, திருமதி கிங் தந்த பழைய துணிப் பைகளைச் சேகரித்துக்கொண்டே தனது வண்டியை நோக்கி தகர வியாபாரி நடக்கத் தொடங்கினான்.

"இரண்டு நிமிடங்கள் அவளைப் பார்த்தாலே, அவள் எவ்வளவு மெதுவாக வேலை செய்வாள் என்பதைத் தெரிந்து கொள்ளலாம்" என்று திருமதி கிங் தொடரந்து அவளைப் பற்றிப் பேசினாள். "அவள் குழந்தையாக இருந்தபோது நான் வளர்க்க அழைத்து வந்தேன், அவளை விற்றுவிட ஐம்பது முறைக்கு மேல் நினைத்தேன். ஆனால் செய்யவில்லை. அவள் நல்ல பெண் அது போதும், ஆனால் என்ன அவள் மிகவும் மெதுவாக வேலை செய்கிறாள். அவளிடம் வேறு எந்தக் குறையும் இல்லை. சரி, அந்தப் பால் கேன் என்ன விலை?"

திருமதி கிங் பேரம் பேசி பொருட்களை வாங்குவதில் புகழ் பெற்றவர்.

அவளுடன் வியாபாரம் செய்வது பொதுவாக எந்த ஒரு வியாபாரிக்கும் பெரிய வேலையாக இருந்தது என்றாலும், அன்று திறமையான பேச்சுத் திறமையால் அந்த நேரம்

சுருங்கியது. வாடிக்கையாளரின் பரிந்துரையின் பேரில், வியாபாரி தான் நிர்ணயித்து வைத்திருந்த முதல் விலையில் இருந்து வியக்க வைக்கும் வகையில் ஆர்வத்துடன் இறங்கினான். இதனால் வழக்கத்தை விட மிகக் குறைந்த நேரத்தில், கைகள் முழுக்கப் பாத்திரங்களுடன் திருமதி கிங் வீட்டிற்குள் நுழைந்தாள். அவளுடைய முகத்தில் நல்ல பேரம் என்கிற பிரகாசமான நம்பிகை தெரிந்தது.

தகர வியாபாரி தனது இருக்கையில் வேகமாக ஏறி உட்கார்ந்து, சொருகியிருந்த குதிரை சாட்டையைப் பிடுங்கினான். அப்போது திருமதி கிங் சத்தமாக அந்தப் பெண்ணை அழைத்துக் கொண்டிருப்பது கேட்டது.

திருமதி கிங் வீட்டில் இருந்து கால் மைல் தொலைவு கடந்த பின் ஒரு சிறிய வீடு இருந்தது. அதற்கு அப்பால் வீடுகள் எதுவும் இல்லை, கணிசமான காடுகளின் வழியாக வண்டி ஓடியது. அந்தப் பகுதியே சற்று ஒதுக்குப்புறமாகத்தான் இருந்தது. ஒவ்வொரு வீட்டிற்கு இடையேயும் நிறைய இடைவெளி இருந்தது. அந்தத் தகர வியாபாரி காடுகளை அடையும் வரை வேகமாக ஓட்டினான்; பின்னர் அவன் வண்டியை நிறுத்தி, இறங்கி, வண்டிக்குள் எட்டிப் பார்த்தான்.

சாலியின் வெண்மையான முகமும் வட்டக் கண்களும் பரிதாபமாக அவனைப் பார்த்தன.

"எப்படி இருக்கிறாய் குட்டிமா?"

"இல்லை, நான் திரும்பிப் போகணும்."

"அட கடவுளே, இல்லை குட்டிமா, நீ இப்போது திரும்பிச் செல்ல விரும்பவில்லை. நீ ஆசிர்வதிக்கப்பட்டவள், அவள் நீ சதி செய்துவிட்டாய் என உன்னைப் பயங்கரமாக ஏசுவதற்காகத் தேடிக்கொண்டிருப்பாள். நான் உனக்கு ஒன்று சொல்கிறேன். நீ இனி வண்டியின் உள்ளே அடைப்பட்டிருக்க வேண்டாம். அங்கிருந்து வெளியே வந்து என்னுடன் இங்கே உட்கார். நாம் நம் காதுகளைக் கூர்மையாக்கிக் கொள்வோம். யாராவது வரும் சத்தம் கேட்டால், அவர்கள் பார்ப்பதற்கு

முன்பு நீவண்டிக்குள்ளே சென்று மறைவாக அமர்ந்து கொள்ளலாம். அதோடு இன்னும் மூன்று மைல்களுக்கு வீடுகள் எதுவும் இல்லை" என்றான் ஜேக் ரஸ்ஸல் என்னும் அந்த தகர வியாபாரி.

நடுங்கிக் கொண்டிருந்த அந்தச் சின்ன பெண்ணுக்குக் கைகொடுத்து, அவளைத் தனக்கருகே இருந்த உயரமான இருக்கையில் அமர உதவினான். அவள் அவனருகில் தனது கவுனைச் சேர்த்து அணைத்து அமர்ந்ததை ஆர்வத்துடன் பார்த்தான். திருமதி கிங்கின் மட்டமான ரசனையில் வாங்கி அளிக்கப்பட்டிருந்த அவளது தொப்பியைச் சரிசெய்தான். அது வைக்கோலால் செய்யப்பட்ட பழுப்பு நிறத் தொப்பி; பழுப்பு நிற ரிப்பனுடன் கட்டப்பட்டிருந்தது. அவன் அதை அதிருப்தியுடன் பார்த்தான். பின் அவளிடம், "டெர்பி சென்றவுடன் மணப்பெண்கள் அணிவது போன்ற வெள்ளைத் தொப்பி ஒன்றை உனக்கு வாங்கித் தருகிறேன்" என்றான்.

அதைக் கேட்டு அவளது முகம் வெட்கத்தில் சிவக்க, கொஞ்சம் நன்றியுணர்வுடன் அவனைப் பார்த்தாள்.

"என் அப்பாவி சின்னப்பெண்ணே" என்று சொல்லிவிட்டு, தன் கையை அணைப்பது போல அவளை நோக்கி நீட்டி, பின் இழுத்துக்கொண்டான்.

டெர்பி ஒரு சின்ன ஊர் என்பதைவிட, செல்வாக்கான மனிதர்கள் நிறைந்த பெரிய நகரம் என்றே சொல்லலாம். சுற்றி வர உள்ள பல சின்ன சின்ன ஊர்களுக்கு இதுதான் வர்த்தக மையமாக இருந்தது. அதன் பிரதான வீதிகள் சந்தை நாட்களில் கூட்டத்தால் நிரம்பி வழியும். சாலைகள் நன்றாக இருந்த காலங்களில், அவற்றில் வகைப்படுத்த முடியாத பழமையான வண்டிகள் அதிகளவில் காணப்படும். அதன் உரிமையாளர்கள் கவனத்தை ஈர்க்கும் வகையில் பாரம்பரிய ஆடை அணிகலன்களுடன் காட்சியளிப்பார்கள்.

எனவே உயரமான, நோஞ்சானான, ஒழுங்கற்ற மீசை தாடி உடைய அவனும், ஒல்லியான, அதிக ஈர்ப்பில்லாத பயந்த சுபாவமுள்ள, இடுப்பில் இருந்து நழுவி விழும் நிலையில் உள்ள

பாவாடை அணிந்து, மோசமாகத் தனது குதிக்கால்களை அசைத்துச் செல்லும் அவளுமாக ஓடிவந்த இந்த ஜோடி யாருடைய கவனத்தையும் பெரிதாக ஈர்க்கவில்லை.

ஒரு ஹோட்டல் தொழுவத்தில் இவர்கள் வண்டி கட்டப்பட்டது. இருவரும் சட்டப்பூர்வமாகக் கணவன், மனைவி குறிப்பாக, திரு மற்றும் திருமதி ஜேக் ரஸ்ஸல் என்று உச்சரிக்கப்பட்டனர்.

மணமகளுக்கு அழகூட்டும் சில பொருட்களைத் தேடி, அனைத்துக் கடைகளும் குழுமியிருந்த பிரதான தெருவில் அவர்கள் நடந்து சென்றனர்.

அவளின் ஆடை அதிகம் கவனிக்கப்படாமல் இருந்தால், சாலி தனது பொருத்தமற்ற உடையில்கூடத் திருப்தியாகத்தான் இருந்திருப்பாள். அவளைத் திரும்பிப் பார்த்த பெண்களை, அவர்கள் அணிந்திருந்த அழகான உடையை ஏக்கக் கண்களுடன் பின்தொடர்ந்தாள். பழுப்பு நிறத்தில் பின்புறம் பளபளப்பாகவும், கீழே குஞ்சமும் வைத்திருந்த அவளது கவுனைப் பற்றி அவள் இதயத்தில் எந்த வருத்தமும் இல்லை. இவ்வளவு காலமும் தன் கவுன் மகத்துவமானது என நம்பிக்கொண்டிருந்தாள். ஆனால் அவள் கண்ணில் தென்பட்ட அதிக ஃப்ளீட்டிங் வைத்திருந்த கவுன்களின் அற்புதங்களைப் பார்த்தபோது தனது கவுனைப் பற்றிய அவளது மகத்துவம் மங்கத் தொடங்கியது. அவள் கவுனை ஒரு பழுப்பு வெல்வெட் உடையுடன் ஒப்பிட்டுப் பார்த்தது. அதை அணிந்திருந்தவர் சாலியின் அநாகரீகமான உருவத்தை அவள் கண்களில் வேடிக்கை பார்த்தார்.

அவள் தான் கொஞ்சம் பழுப்பு நிறத்தில் இருந்தால், தன்னால் இன்னும் நம்பிக்கையுடன் இந்த அறிமுகமில்லாத புதியவர்கள் முன்பு நடக்க முடியும் என உணர்ந்தாள்.

திருமதிகிங்கிடம் இருந்து பெற்று ஜாக்கிரதையாக மாடிப்பரணில் ஒளித்து வைத்திருந்த அவளது பணத்தையும் தொப்பியையும் இழந்துவிடக் கூடாது என்கிற பதற்றத்துடன் நின்றிருந்தாள். ஆனால் அது சிரமமாகத்தான் இருந்தது.

அவர்கள் இப்போது தனக்காக ஒரு புதிய ஆடையைத் தேடிக்கொண்டிருக்கிறார்கள் என்பதை அவள் அறிந்திருந்தாள். ஆனால் அவளுடைய சிறந்த கவுனின் இழப்பை முழுமையாக ஈடுசெய்யக்கூடிய எதுவும் கிடைக்கவில்லை என்ற துக்கத்தை அவள் உணர்ந்தாள். துணி எடுத்த பின்னர் சாலியால் அதை விரைவாகத் தைக்க முடியாது; பின் எப்படி அலங்காரம் செய்யப் போகிறோம் எனத் திகைத்து நின்றாள். ஒரு டெய்லர் மூலம் தைப்பது, அல்லது ரெடிமேடாக கவுன் வாங்குவது குறித்த எண்ணம் அவள் எளிய மனதில் தோன்றவே இல்லை.

ஜேக் தெருவில் மெதுவாக முன்னும் பின்னுமாக நடந்தான். அவள் ஓரடி இரண்டடி இடைவெளியில் மிதமான வேகத்தில் அவனைப் பின்தொடர்ந்தாள்.

நீண்ட நேரம் நடந்த பின் தகர வியாபாரி ஒரு பெரிய கடையில் முன் நின்றான். அதன் ஜன்னல்களில் பெண்களின் ரெடிமேட் ஆடைகள் சில காட்சிப்படுத்தப்பட்டிருந்தது. "இதோ நாம் வந்துவிட்டோம்" என்று வெற்றிப் புன்னகையுடன் கூறினான்.

சாலி அவனைத் தொடர்ந்து மெதுவாக அந்த அகலமான படிகளில் ஏறினாள்.

ஜன்னலில் இருந்த ஒரு குறிப்பிட்ட ஆடை தகர வியாபாரியின் கவனத்தை அதிகம் ஈர்த்தது. அந்த ஆடையில் சிவப்புக் கோடுகள் அங்கும் இங்கும் இருக்க, அற்புதமான பூ வேலைப்பாடுகளுடன் சிறியதாக இருந்தது,

ஜேக்கின் வேண்டுகோளுக்கு இணங்க கடை குமாஸ்தா அதைக் கீழே எடுத்து வைத்தபோது, சாலி சற்று சந்தேகத்துடன் பார்த்தாள். அவளுக்கு ரசனைகள் குறித்து யாரும் சொல்லிக் கொடுத்தது இல்லை. அவள் ஒரு மரத்தில் இருக்கும் புறாவைபோல இயற்கையாகவே அமைதியாக இருக்கப் பழகியவள். ஆடையில் சிவப்புக் கோடுகள் அவளைப் பயமுறுத்தியது. இருப்பினும், ஆடையை வாங்கும் தனது கணவனின் முடிவுக்கு எதிராக அவள் எதுவும் கூறவில்லை. ஆடையின் விலையைப் பார்த்து முகம் வெளிறினாள்.

அது கிட்டத்தட்ட அவளுடைய விலைமதிப்பற்ற சேமிப்புத் தொகை அளவுக்கு இருந்தது. ஜேக் தனது பர்ஸை ஆராய்ந்து கொண்டிருந்தபோது, அவள் உறுதியுடன் தனது பர்ஸை எடுத்தாள்.

"இதற்கு நான் பணம் செலுத்துகிறேன்" என்று தன் தீர்மானத்தைக் குமாஸ்தாவிடம் கூறுவதற்காக, அவளின் பயந்த சின்ன முகத்தை நிமிர்த்தி அவனைப் பார்த்தாள்.

"ஏன்?நீ எதுக்குப் பணம் தர வேண்டும்? வேண்டாம், குட்டிமா" என்று ஜேக் அவள் கையைப் பிடித்துக் கொண்டு க்ரீச்சிட்டான். "நிச்சயமாக நான்தான் அதற்குப் பணம் செலுத்தப் போகிறேன். என் சொந்த மனைவிக்கு ஒரு ஆடைகூட வாங்க முடியவில்லை என்றால் அது மிகவும் பரிதாபத்திற்குரியது."

சாலி முகம் முழுவதும் சிவந்தாள், ஆனாலும் அவள் உறுதியுடன் பணத்தைப் பர்ஸிலிருந்து எடுத்தாள்.

"இல்லை" அவள் மீண்டும் பிடிவாதமாகத் தலையை ஆட்டினாள். "நான் அதற்குப் பணம் செலுத்துகிறேன்."

தகர வியாபாரி அவளைத் தன் வழிக்கு அனுமதித்தான் என்றாலும் சற்றே வியப்புடனும் கோபத்துடனும் தனது சிதைந்த மீசையைக் கடித்தான். அவள் பில்லுக்குப் பணம் செலுத்துவதையும், அவளது சேமிப்புப் பணம் கரைவதை ஒருவித பயத்துடன் வெறித்துப் பார்ப்பதையும் பார்த்தான். அந்தப் பணம் குமாஸ்தாவின் கையில் காணாமல் போனது.

அவர்கள் கடையில் இருந்து வெளியே வந்ததும், அவன் அந்தப் புதிய ஆடையை வாங்கித் தன் முழங்கைகளுக்கிடையே சொறுகிக் கொண்டு, "எது குட்டிமா உன்னைப் பணத்தைக் கட்ட வைத்தது?" என வெடித்தான்.

"மற்றவர்கள் அப்படித்தான் செய்கிறார்கள். அவர்கள் திருமணம் செய்து கொள்ளும்போது தனக்கான ஆடைகளை வாங்க முடிந்தால் அவர்களே சொந்தமாக வாங்குகிறார்கள்."

"ஆனால், கிட்டத்தட்ட உன்னிடம் காட்டிய

அனைத்தையும்விட அது நன்றாக இருக்கு இல்லையா?"

"அது ஒரு விஷயமே இல்லை."

தகர வியாபாரி பாதித் திகைப்பும் பாதி வியப்புமாக அவளைப் பார்த்தான்.

"சரி" என்றான், "உனக்கென சொந்தமாகச் சின்ன சின்ன ஆசை இருக்கிறது என நினைக்கிறேன். எல்லாவற்றிற்கும் மேலாக அது நிறைவேறுவதில் நான் மகிழ்ச்சியடைகிறேன் குட்டிம்மா. ஒரு பெண்ணின் உத்தரவில் கொஞ்சம் விருப்பம் உண்டு. அது அவளுடைய இனிமையை அவளுக்குத் திருப்பித் தருவதற்கு. அப்புறம் இந்த உடை மிகவும் மென்மையாகவும் லேசாகவும் இருக்கிறது. ஆனால் ஆடையைப் பற்றி உன்னிடம் நான் இன்னும் பேசுவேன்."

அதை அடுத்து வேறு ஒரு பெரிய கடைக்கு அவளைக் கூட்டிச் சென்றான். ராபின் பறவையின் முட்டை போல நீல நிறத்தில் இருந்த பட்டாடையை வாங்கத் தூண்டினான். அத்துடன் மென்மையான ஒரு வெள்ளைத் தொப்பியும்.

எவ்வாறாயினும் சாலி தன்னிடம் மீதமிருந்த பணத்தில் ஒரு சாதாரண சூரிய ஒளியில் இருந்து தன்னைப் பாதுகாக்கும் தொப்பியை வாங்க வலியுறுத்தினாள்.

ஒரு காற்றோட்டமான தகர வண்டியின் மேல் அந்த வெள்ளைத் தொப்பி அணிந்து உட்கார்வது எவ்வளவு பெரிய அபத்தம் என்பது தெரியாமல் தீவிரமாக ஆசைப்பட்டாள்.

இந்த ஜோடி டெர்பியில் ஒரு வாரம் தங்கியிருந்தது; பின்னர் அவர்கள் தங்கள் பயணத்தைத் தொடங்கினார்கள். டெர்பி ஆடை தயாரிப்பவர் நடைமுறையில் இருந்த நாகரிகத்திற்கு ஏற்ப உருவாக்கிய நீலப் பட்டும் வெள்ளைத் தொப்பியும், வண்டியின் உள்ளே ஒரு சிறிய புதிய டிரங்கில் தூங்கியது.

அந்தத் தகர வியாபாரி, தான் எந்தப் பாதையில் செல்ல வேண்டும் என்பது பற்றி யாரிடமும் ஆலோசனை செய்யத் தேவையில்லை என்பதால் இப்போது ஒரு புதிய பாதையைத் தேர்ந்தெடுத்தான். சாலி தனது முன்னால் எஜமானியின்

பக்கம் இருந்து விலகி இருக்க விரும்பினாள். சாத்தியமில்லாத வகையில் தனது எஜமானியைச் சந்திக்க நேருமோ என்கிற பயமும் பதற்றமும் அவளுக்கு எப்போதும் இருந்தது.

டெர்பியை விட்டு வெளியேறிய பிறகு அவர்கள் நிறுத்திய முதல் நகரத்தில், அவள் ஆவலோடு தப்புத் தப்பாக ஒரு கடிதக் குறிப்பை எழுதினாள். அதைத் திருமதி கிங் படித்து ஆறுதல் அடைந்தாளா இல்லையா என்பதுகூட அவளுக்குத் தெரியாது.

அவர்கள் மக்கள் குறைவாக வசிக்கும் பகுதிகள் வழியாகத்தான் பெரும்பாலும் சென்றனர்.

அந்த நடைப்பாதை வியாபாரிக்குக் கடைகளில் இருந்து வெகு தொலைவில் இருந்த விவசாயிகளின் மனைவிகள்தான் நிரந்தர வாடிக்கையாளர்களாக இருந்தனர். அது வசந்த காலத்தின் பிற்பகுதி. பெரும்பாலும் அவர்கள் வீடு என்கிற ஒன்றில் தங்காமல், அழகான புதுப் புது காடுகள் வழியாக ஓரிரு மைல்கள் சவாரி செய்தனர்.

அந்தப் பெண் நாட்டுப்புறங்களைப் பற்றிக் கேள்விப்பட்டதே இல்லை. ஆனாலும் அது எதையும் வெளிக்காட்டிக்கொள்ளாமல், பச்சை நிறத்திலும் தங்க நிறத்திலும் வளைந்து கிடந்த காடுகளின் மரக்கிளைகளுக்கு இடையே அந்தத் தகர வண்டியின் இனிமையான சத்தத்தில் பயணம் செய்து கொண்டு இருந்தாள்.

அவர்கள் பண்ணை வீடுகளில் செய்யும் வியாபாரம் முடிவுக்கு வரும் போது, அவள் முதுகை நிமிர்த்தி, கணவனின் குதிரையை இறுக்கமாகப் பிடித்துக்கொண்டு அவ்வளவு பெருமையுடன் அமர்ந்திருப்பாள். அவர்கள் பாதுகாப்பாக இருக்கிறார்களா என்பதைப் பார்க்க, அவன் அவ்வப்போது அவளைத் திரும்பிப் பார்ப்பான்.

அவர்கள் ஓய்வு நாளில், வழிபாட்டுத் தலமிருந்த ஏதாவது ஓர் ஊரில் வியாபாரத்தை முடித்துக் கொள்வார்கள். பின்னர் வண்டியின் மறைவிட பெட்டியிலிருந்து சாலி

திருமண அணிகலன்களான அந்த நீலப் பட்டு கவுன் மற்றும் வெள்ளைத் தொப்பியை மரியாதையுடன் எடுத்து அணிந்து கொண்டு, மனங்கொள்ளா மகிழ்ச்சியான உணர்வு பொங்க, தைரியமாகக் கணவருடன் தேவாலயத்திற்குச் சென்றாள்.

இந்த இரண்டு எளிய நாடோடிகளும், தங்களுக்குள்ளாக இருந்த அன்பையும் கருணையும் மட்டுமே ஒருவருக்கு இன்னொருவர் பகிர்ந்து கொண்டனர். ஒருவரை இன்னொருவர் படிக்க முயலவில்லை. ஒருவருக்கு இன்னொருவர் எந்த விமர்சனமும் இல்லை. சுமார் மூன்று மாதங்கள் இவ்வாறு ஒன்றாகப் பயணம் செய்தனர்.

ஒரு நாள் மதியம் ஜேக், அன்று இரவு நிறுத்த நினைத்திருந்த ஒரு சின்ன கிராமப்புற உணவகத்திலிருந்து வெளிறிய முகத்துடன் வந்தான். அவர்களுக்கு இடம் கிடைக்குமா என்று அவன் பார்த்து வரும் வரை சாலி வெளியே வண்டியில் காத்திருந்தாள். அவன் அவள் அருகில் ஏறிக் குதித்து வண்டியை எடுத்தான்.

வறண்ட குரலில், "நாம் சரக்கு வைக்கும் இடம் செல்வோம். அது இன்னும் மூன்று மைல் தொலைவில் உள்ளது. இங்கே இடமில்லை அனைத்து இடங்களும் நிரம்பியுள்ளன'' என்றான்.

ஜேக் வேகமாக ஓட்டினான். அவனது கருணையான முகத்தில் பயங்கரமான தோற்றம், அழகான சோகத்தின் சாயலைத் தந்தது. சாலி ஆச்சரியத்துடனும் பரிதாபத்துடனும் அவனைப் பார்த்துக் கொண்டே இருந்தாள். ஆனால், அவர்கள் வேறு கிராமத்திற்கு முன்னால் உள்ள காடுகளின் கடைசிப் பகுதியை அடையும் வரை அவன் அவளைப் பார்க்கவோ பேசவோ இல்லை.

பின்னர் அவர்கள் இலைகளும் கிளைகளும் மறைத்து இருக்கும் பகுதியை விட்டுச் செல்வதற்குச் சற்று முன்பு, தனது வண்டியின் வேகத்தைக் கொஞ்சம் குறைத்து, அவளின் தோளைச் சுற்றித் தனது கைகளால் அணைத்துக்கொண்டான்.

"இங்கே பார், குட்டிமா" - சொல்லும்போதே அவன் குரல் உடைந்தது. "ஒன்றை மனதில் வைத்துக்கொள்ள வேண்டும். உனக்கு முதுகெலும்பு இருக்கு இல்லையா? ஏதேனும் அசம்பாவிதம் நடந்தால், அது உன்னை உடைத்துப்போடக் கூடாது. நீ அதைத் தாங்கணும்?"

"நீங்கள் என்னிடம் சொன்னால் கண்டிப்பாகச் செய்வேன்."

அவள் வார்த்தைகளை ஆவலுடன் பிடித்தான். "நான் சொல்றேன் குட்டிமா சொல்றேன்" என்று தழுதழுத்தான். "ஏதேனும் மோசமான நிகழ்வுகள் நடந்தால், உன்னால் அதைத் தாங்கிக்கொள்ள முடியும். இதை எப்போதும் நினைவில் வைத்துக்கொள்ள வேண்டும்."

"ஆம், நான் பொறுத்துக்கொள்கிறேன். ஓ, என்ன ஆச்சு, ஜேக்?" - நடுங்கிக்கொண்டே அவனை ஒட்டிக்கொண்டாள்.

"இப்போது பரவாயில்லை, குட்டிமா" என்று பதிலளித்தான். "இப்போது மோசமான நிகழ்வு எதுவும் நடக்காது; நடக்கும் என்றும் நான் சொல்லவில்லை. ஒரு வேளை நடந்தால் என்றதான் சொன்னேன். விடு சந்தோஷமா இரு, எனக்கு ஒரு முத்தம் தா. அங்கே பார்த்தியா வானம் இளஞ்சிவப்பும் மஞ்சளும் கலந்து எவ்வளவு அழகா இருக்கு பாரு."

அவன் மகிழ்ச்சியாக இருக்க முயன்றான். மேலும் நகைச்சுவையாகவும் அன்புடனும் பேசி அவளை ஆறுதல்படுத்தினான். ஆனால், அவனது கடினமான முகத்தில் அந்தச் சோகத்தின் சாயல் அவனது புன்னகையின் கீழ் மாறாமல் இருந்தது.

எப்படியிருந்தபோதும், சாலிக்கு அதிகமாகச் சிந்திக்கும் திறன் இல்லை. அதனால் வரவிருக்கும் மோசமான நிகழ்வுகள் குறித்து ஆராயும் உணர்திறன் குறைவாக இருந்தது. அவள் விரைவில் தன் மனநிலையை மீட்டெடுத்து, வழக்கத்திற்கு மாறாக மகிழ்ச்சியாகவே இருந்தாள். மாலை முழுவதும் அவளின் மிகுதியான அப்பாவித்தனம் மற்றும் உற்சாக மிகுதியால் ஜேக் சிரிக்கும்படி சின்னச் சின்னதாகச்

சிலவற்றைச் செய்தாள். அவளின் செயல்கள் ஜேக்கை விசுவாசமாகச் சிரிக்க வைத்தது என்றாலும் அடுத்த நிமிடம் அவனது முகத்தை இன்னும் கடினமாக்கியது.

மாலையில் அவன் தனது பர்ஸ் எடுத்து, அதில் இருந்த பணத்தைக் காட்டி, அதை வேடிக்கையாக எண்ணினான். பின்னர் அவன் கவனக்குறைவாக, சாதாரணமாக, ஒரு நாட்டு வங்கியில் டெபாசிட் செய்த ஒரு குறிப்பிட்ட தொகையைப் பற்றிப் பேசினான். மேலும் அவன் நோய்வாய்ப்பட்டிருக்கும் போது தேவைப்பட்டால், சாலி அதை எப்படி எடுக்க முடியும் எனப் பேசினான். பின்னர் அவன் வியாபாரம், குதிரை வண்டியில் உள்ள பொருள்களின் மதிப்பைப் பற்றிப் பேசினான்.

அன்று இரவு அவர்கள் உறங்கச் சென்றதும், தன் மனைவியிடம், அவளுக்குச் சந்தேகம் வராத அளவு, தன் காதல் விவகாரங்கள் அனைத்தையும் கூறினான்.

அவள் ஒரு குழந்தையைப் போல எளிதாகத் தூங்கினாள். அவளது வழக்கமான சுவாசத்தை ஒரு மணி நேரம் கேட்கும் வரை ஜேக் திடமாக அசையாமல் கிடந்தான். பின்னர் மெதுவாக எழுந்து, ஒரு மெழுகுவர்த்தியை ஏற்றி, அதன் வெளிச்சம் அவள் முகத்தின் மீது படாதவாறு தன் நிழலைப் படரவிட்டு, ஒரு பேனாவும் காகிதமும் எடுத்துக்கொண்டு ஒரு சின்ன மேஜையில் அமர்ந்தான். தனது தசைகளின் வலியைத் தாங்கிக்கொண்டு, தலையை ஒரு பக்கமாக வளைத்து, பேனாவின் ஒவ்வோர் அசைவும் தொடர, எழுத நினைத்த வார்த்தைகள் அவனின் கைகள் வழி பேனாவுக்கு வருவதற்கு முன்னரே இதயத்தால் பல முறை எழுதப்பட்டிருக்க வேண்டும் என்பது போல தன்னம்பிக்கையுடன் எழுதத் தொடங்கினான்.

பின்னர் அவன் தனது சட்டைப் பையில் இருந்து எடுத்த ஒரு சிறிய புத்தகத்தினுள் அந்தக் காகிதத்தைக் கவனமாக மடித்து வைத்துவிட்டு, படுக்கையை நெருங்கி, தூங்கும் மனைவியிடம் இருந்து முகத்தைத் திருப்பி எதிர்புறம் பார்த்துப்

படுத்துக்கொண்டான். திரும்பி மனைவியின் முகத்தைப் பார்க்காமலே அந்தச் சின்ன புத்தகத்தைக் காலியாக இருந்த தலையணையில் வைத்தான்.

பின்னர் அவன் விரைவாக தனது ஆடைகளை சேகரித்துக்கொண்டு, படுக்கையில் இருந்து எழுந்து, மெதுவாக கதவைத் திறந்து, திரும்பிப் பார்க்காமல் வெளியே சென்றான்.

மறுநாள் காலை சாலி எழுந்தபோது, தன் கணவன் விட்டுச் சென்றதையும், தலையணையில் இருந்த சின்ன வங்கிப் புத்தகத்தையும் அதனுடன் ஒரு கடிதக் குறிப்பையும் கண்டாள். பயத்தைவிட ஆர்வம் மேலிட அதைத் திறந்தாள். கண்கள் விரிய, உதடுகள் துடிக்க அந்தக் குறிப்பை மிகவும் சிரமப்பட்டு வாசித்தாள். அது தனித்த எழுத்துகளின் தொகுப்பாக இருந்தது. அதிகம் படிப்பறிவற்றனின் எழுத்தாக இருந்தாலும் ஆழமான உணர்வு அவளது இதயத்தைத் தொடும் அளவுக்கு இருந்தது.

அன்புள்ள மனைவி, நான் உன்னை விட்டுப் போக வேண்டும். அதுதான் ஒரே வழி. நான் எப்போதாவது திரும்பி வர முடிந்தால், வருவேன்.

நேற்றிரவு என் வியாபாரத்தைப் பற்றி எல்லாவற்றையும் உன்னிடம் கூறினேன். நான் சொன்ன மிஸ்டர் ஆர்ம்ஸ் இருக்கும் டெர்பிக்கு நீ வண்டியை ஓட்டுவது நல்லது, வண்டியையும் குதிரையையும் விற்க அவர் உனக்கு உதவுவார். கணவர் பிரிந்து போக வேண்டிய சூழலில் இருப்பதால் இதைச் செய்ய அன்பு கட்டளையிட்டுள்ளார் என்று அவரிடம் சொல்லு. எனது வங்கிப் புத்தகத்தை நான் உன்னிடம் விட்டுவிட்டேன். அதில் இருந்து நான் சொன்ன வழியில் வங்கியிலிருந்து பணத்தைப் பெறலாம். என் கைக்கடிகாரம் மற்றும் பாக்கெட் புத்தகம் தலையணையின் கீழ் உள்ளது. நான் உன்னிடம் எல்லாப் பணத்தையும் விட்டுவிட்டேன். என்னால் உன்னுடன் அதிக தூரம் பயணிக்க முடியாது. நீ டெர்பியில் இருப்பது நல்லது. அங்கு நீ தங்கும் அளவு பணம் உன்னிடம் இருக்கும். அது காலியாவதற்குள்

நான் உனக்கு இன்னும் கொஞ்சம் அனுப்புகிறேன். என் உடம்பில் உள்ள எலும்புகளும் விரல்களும் தேயும் வரை நான் உழைத்து உதவுவேன். நீ கவலைப்பட வேண்டாம், கடினமான வேலைகளுக்குச் செல்ல வேண்டாம். என்ன வந்தாலும் தாங்கிக்கொள்வேன் என நீ எனக்கு வாக்குறுதி அளித்ததை மறந்துவிடாதே. நீ மிகவும் சோர்வாக மோசமாக உணரும்போது, அதை உனக்கு நீயே திரும்ப சொல்லு. அவர் என்னை இந்தக் கஷ்டத்தை தாங்கிக்கொள்ளச் சொல்லியுள்ளார், நான் தாங்கிக்கொள்வேன் என்று சொல்லிக்கொள்.

தப்பும் தவறுமான எழுத்துக்காக என்னையும் என் பேனாவையும் மன்னித்துவிடு. இப்படிக்குச் சாகும் வரை உன்னுடைய ஜேக் ரஸ்ஸல்.

சாலி கடிதத்தை முழுவதுமாகப் படித்து முடித்ததும், படுக்கையின் ஓரத்தில் சில நிமிடங்கள் அமைதியாக அமர்ந்திருந்தாள். அவளது மெலிந்த உருவம், வட்டமான தோள்பட்டை, உடலை ஒட்டிக்கொண்டிருந்த இரவு உடை வழியாக அவளது வலியை வெளிப்படுத்தியது. தனது கண்களால் தனக்கு முன்னே வெறித்துப் பார்த்தபடி இருந்தாள்.

பின்னர் எழுந்து ஆடை அணிந்து, வங்கிப் புத்தகத்தையும் மடித்து வைத்திருந்த கடிதத்தையும், கணவனின் பாக்கெட் புத்தகத்தையும் மார்பில் எடுத்து வைத்துக்கொண்டு அமைதியாகக் கீழே சென்றாள். அவள் அறைக்கு வெளியே செல்வதற்கு முன், கதவின் தாழ்ப்பாள் மீது கையை வைத்து நிதானித்து, 'அவர் என்னை எதையும் தாங்கிக்கொள்ளச் சொன்னார், நான் தாங்கிக்கொள்வேன் என்று வாக்கு தந்திருக்கிறேன்' எனத் தனக்குள் முணுமுணுத்தாள்.

விடுதி பில்லைச் செலுத்த அதன் உரிமையாளரை நாடியபோது, அது ஏற்கெனவே செலுத்தப்பட்டிருப்பதைக் கண்டாள். மேலும் அவளின் கணவன் விஷயங்களை எளிதாக்கியிருந்தான். விடுதி உரிமையாளரிடம், அவசர

வேலைக்காகத் தான் செல்ல இருப்பதாகவும், மறுநாள் அவளது மனைவி வண்டியுடன் குறிப்பிட்ட இடத்தில், குறிப்பிட்ட நேரத்தில் தன்னைச் சந்திப்பாள் என்றும் சொல்லிச் சென்றிருந்தான்.

அதனால் எந்தப் பரபரப்பும் இல்லாமல், அவளுக்கு வேதனையாக இருந்திருக்கும் கருத்துகளை எதிர்கொள்ளும் அவசியமில்லாமல் தனிமையில் தன் தகர வண்டியை ஓட்டிச் சென்றாள்.

அவள் வண்டியின் கயிற்றைச் சேகரித்து, கிராமப்புறச் சாலையில் சத்தமெழுப்பியபடி சென்ற போது, ஒரு புதிய மதத்தின் வைராக்கியமான சீடன் எப்படி இருப்பானோ அப்படி இருந்தாள். அவளின் கடவுள் யார் என்றால், கணவனான அந்த நெடுநெடு தகர வியாபாரிதான். அவளுடைய முழு நம்பிக்கை, கோட்பாடு, வேதவாக்கு எல்லாம் அவள் கணவன் கூறிய வார்த்தைகள் மட்டும்தான்.

அவள் டெர்பிக்குச் செல்லும் பாதையை எடுக்கவில்லை; கடிதத்தைப் படித்துவிட்டு படுக்கையின் ஓரத்தில் வெறித்து அமர்ந்திருந்தபோதே அதைப் பற்றி தீர்மானித்திருந்தாள். முதலில் தனக்குப் பரிச்சயப்பட்ட பாதையில் நேராக வண்டியை ஓட்டி, பண்ணை வீடுகளில் நின்று, தன் கணவனைப் போலவே பழைய துணிகளை எடுத்துக் கொண்டும், பாத்திரம் தகரம் விற்றுக்கொண்டும் சென்றாள்.

அவளுடைய வாடிக்கையாளர்களிடையே மிகுந்த ஆச்சரியமும் ஆர்வமான கேள்விகளும் இருந்தன. ஒரு பெண் தகர வண்டியை ஓட்டுவது முன்னெப்போதுமில்லாத காட்சியாக இருந்தது. ஆனால் அவள் தன்னைக் கேள்வி கேட்ட அனைவரிடமும், தன்னுடைய கணவன் வியாபார விஷயமாக வெளியூர் சென்று இருக்கிறான். அவன் திரும்பும் வரை வாடிக்கையாளர்களுக்காக அந்த வேலையைச் செய்வதாக அமைதியாகவும் கண்ணியத்துடனும் விஷயங்களை விளக்கினாள்.

ஆனாலும், ஒரு சிலரின் ஏதோ தவறு இருக்க வேண்டும்

என்கிற சந்தேகத்தை அவளால் எப்போதும் நிவர்த்தி செய்ய முடியவில்லை. அதைப் பொருட்படுத்தாமல் வியாபாரத்தைத் திருப்திகரமாகச் சமாளித்து, நல்ல விலைக்குப் பேரம் பேசிப் பொருட்களைக் கொடுத்தாள். அதனால் அவள் வழியில் தொந்தரவு இல்லாமல் சென்றாள்.

ஆனால், எந்த ஒரு பண்ணை வீட்டுத் தோட்டத்தில் நுழையும் போதும் வெளியேறும் போதும், அவளது துடிக்கும் சின்ன இதயத்தில் தன் கணவன் சொன்ன வார்த்தைகளான, "அவர் என்னை எதையும் தாங்கிக்கொள்ளச் சொன்னார், நான் தாங்கிக்கொள்வேன் என்று வாக்கு தந்திருக்கிறேன்" என்கிற வாக்கியம் மந்திர உச்சாடனம் போல ஒலிக்காமல் இருந்ததில்லை.

சரக்கு இருப்பு குறைந்தபோது, அதை நிரப்ப டெர்பிக்குச் சென்றாள். அங்கே அவள் விநியோகஸ்தர்களிடமிருந்து எதிர்ப்பை எதிர்கொண்டாள், ஆனால் அவளுடைய அசாதாரணமான விடாமுயற்சி கிட்டத்தட்ட அதை முறியடித்தது. ஜேக்கின் கடிதத்தை அவள் வர்த்தகம் செய்த தகர வியாபாரி திரு. ஆர்ம்ஸிடம் காட்டினாள். அவன் அதில் உள்ள அறிவுரைகளை ஏற்றுக்கொள்ளும்படி அவளை வற்புறுத்தினான். அவளுக்கு வண்டியையும் குதிரையையும் நல்ல விலைக்குத் தருவதாகப் பேரம் பேசினான். ஆனால், அவள் உறுதியாக அதை மறுத்துவிட்டாள்.

விரைவிலேயே அவள் தன் கணவன் செய்ததைப் போலவே தானும் சிறப்பாகச் செயல்படுவதை உணர்ந்து கொண்டாள். அவளுடைய வாடிக்கையாளர்கள், வியாபாரம் செய்யும் ஆணுக்குப் பதிலாக, வியாபாரம் செய்யும் பெண்ணின் புதுமைக்குப் பழகிய பிறகு, அவளை விரும்ப ஆரம்பித்திருந்தார்கள்.

வழக்கமான வியாபாரப் பொருட்களுடன் கூடுதலாக, இல்லத்தரசிகளுக்கு அடிக்கடி தேவைப்படும் பின்கள், ஊசிகள், நூல்கள் போன்ற பல்வேறு சின்ன பொருட்களையும் எடுத்துச் சென்றாள்.

அவள் சத்திரத்தில் தங்குவதைவிட அருகில் உள்ள பண்ணைக் குடியிருப்பில் அடிக்கடி தங்கத் தொடங்கினாள். மேலும் ஒரு சில நாட்களில் கடுமையான வானிலை நிலவும் போது ஓரிரு நாட்கள் வர்த்தகத்திற்கே செல்ல மாட்டாள்.

டெர்பி பயணத்திற்குப் பிறகு அவள் எப்போதும் ஒரு சிறிய கைத்துப்பாக்கியைத் தன்னுடன் எடுத்துச் சென்றாள். தன்னைப் பாதுகாப்பதற்கு என்பதைவிட ஜேக்கின் கைக்கடிகாரம் மற்றும் அவன் சொத்துகளைப் பாதுகாப்பதற்காகத்தான் அந்தத் துப்பாக்கியை வைத்திருந்தாள்.

அவளது அத்தியாவசியச் செலவுகளுக்கான பணம் தவிர எதுவாக இருந்தாலும் டெர்பி வங்கியில் ஜேக்கின் பெயரில் சேர்த்து வைத்தாள். மூன்று வருடங்களில் அவள் தனிமையாகப் பயணம் செய்துகொண்டே இருந்தாள். அவ்வப்பொழுது திரு. ஆர்ம்ஸ் மூலமாக அவளுக்குப் பணம் வந்தது. ஒருமுறை அப்படி வந்தபோது, சாலி கதறி அழுதுவிட்டு, அந்தப் பணத்தையும் மற்ற பணத்துடன் வங்கியிலேயே சேர்த்து வைத்தாள்.

ஆனால், ஒருபோதும் அவள் கணவனை எதிர்பார்ப்பதைக் கைவிடவில்லை. இன்று வருவான் என்கிற நம்பிக்கை மனதில் இல்லாமல் ஒரு நாளும் காலை எழுந்ததே இல்லை. ஒவ்வொரு பொன் விடியலும் சிவந்த அஸ்தமனமும் அவளுக்கு ஒரு நம்பிக்கையை ஏற்படுத்தியது.

இனிய கிராமப்புறச் சாலைகளில் நெருங்கி வரும் ஒவ்வோர் உருவத்தையும் அவன்தான் என்று தன் இதயத்தில் பாதி நம்பிக்கையுடன் கண்களால் துழாவுவாள். அருகே வரும்போது அது மாயை எனப் புரியும். அவள் இதயம் கணநேரம் அந்த மாயையில் மூழ்கி இருந்தாலும், சட்டென அதில் இருந்து பின்வாங்கி அடுத்து வரும் பயணியை நோக்கித் தைரியமாக நகரும்.

அவன் போன பின் மூன்று வசந்த காலம் வந்து சென்றபோதும் அவன் வரவில்லை. பணம் அனுப்பியதைத் தவிர, அவனைப் பற்றி எந்த விவரமும் தெரியவில்லை. பணம்

அனுப்பிய உறை மீது நியூயார்க் என்கிற தபால் முத்திரைத் தவிர அவனைப் பற்றி எந்த விபரமும் கேள்விப்படவில்லை

ஒரு ஜூன் பிற்பகல் அவள், அந்தப் பாவப்பட்ட தனித்த பெண், தன் அன்பான கணவன் இல்லாமல், அவளது பழைய கிராமப்புறம் வழியாகத் தனிமையில் ஏகாந்தமாக வண்டியை ஓட்டிச்சென்றாள். அவள் அந்த ஏகாந்தத்தை அனுபவிக்கும் மனதைக்கூட இழந்துவிட்டாள். அப்போது பின்னால் இருந்து அவளைச் "சாலி! சாலி! சாலி!" என்று அழைக்கும் குரல் வண்டியின் சத்தத்தையும் மீறி கேட்டது.

அவள் திரும்பினாள். அங்கே அவன் அவளைப் பின்தொடர்ந்து ஓடிவந்து கொண்டிருந்தான். அவள் தலையை விரைவாகத் திருப்பி, குதிரையை நிறுத்தி, அமைதியாக அமர்ந்தாள். அவளுடைய மூச்சு கிட்டத்தட்ட நின்றுவிடும்போல இருந்தது. அவள் சரியாகப் பார்க்கவில்லையோ என்கிற பயத்தில் மீண்டும் பார்க்கத் துணியவில்லை. காலடியோசை நெருங்கி நெருங்கி வந்தது. அவன் வண்டியை நோக்கி வந்ததும் உற்றுப் பார்த்தாள்.

அவன்தான். அந்த நேரத்தில் அது அவன் இல்லையென்றால், தான் இறந்துவிடுவோம் என்று அவளுக்கு தோன்றியது.

"ஜேக்! ஜேக்!"

"ஓ, சாலி!"

அவள் மீண்டும் மூச்சு விடுவதற்குள் அவன் இருக்கையின் மேல் ஏறி அவள் பக்கத்தில் அமர்ந்தான். அவன் கைகள் அவளைச் சுற்றி வளைத்தன.

"ஜேக், நான் நீங்கள் சொன்னது போல செய்துவிட்டேன். தாங்கிக்கொண்டேன். நான் அனைத்தையும் தாங்கிக்கொண்டேன்."

"நீ செய்வாய் என்று எனக்குத் தெரியும் குட்டிமா. மிஸ்டர் ஆர்ம்ஸ் இதைப் பற்றி அனைத்தும் என்னிடம் கூறினார். ஓ, என் செல்ல குட்டிமா, பாவப்பட்ட குட்டிமா, இந்த வண்டியில் தனியாகவே சுற்றி வந்திருக்கிறாய்!"

ஜேக் சாலியின் கன்னத்தில் கன்னத்தை வைத்து தேம்பினான்.

“அழாதே, ஜேக். நான் நிறைய பணம் சம்பாதித்தேன், அது உனக்காக வங்கியில் உள்ளது.”

“ஓ, நீ ஆசீர்வதிக்கப்பட்ட பெண் குட்டிமா! சாலி, டெர்பியில் அவர்கள் உன்னிடம் என்னைப் பற்றிக் கேட்கக் கடினமான விஷயங்களைக் கூறினார்கள், இல்லையா?”

டெர்பியில் அவளிடம் ஒரு விஷயம் வலுவாகச் சொல்லப்பட்டு இருந்தது. அதன் நினைவு அன்றிலிருந்து அவளுக்குள் ஒடுக்கப்பட்ட பயங்கரமாகக் கனன்று இருந்தது.

“ஆம்; நீங்கள் எப்படியும் இன்னொரு பெண்ணுடன் ஓடிவிடுவீர்கள் என்று சொன்னார்கள்.”

“நீ அதற்கு என்ன சொன்னாய்?”

“நான் நம்பவில்லை.”

"நான் செய்தேன், சாலி."

"சரி, நீங்கள் திரும்பி வந்துவிட்டீர்கள்."

‘‘உன்னைத் திருமணம் செய்வதற்கு முன்பு, நான் ஏற்கெனவே திருமணம் செய்துகொண்டேன் என்று சொல்லியிருந்தேன் இல்லையா?”

‘‘எல்லாம் நன்றாகத்தான் சென்று கொண்டிருந்தது குட்டிமா. கொஞ்ச நாள், என் மனைவி இறந்துவிட்டாள் என்று நினைத்தேன். அவள் உறவினர்கள் அப்படித்தான் என்னிடம் சொன்னார்கள். நான் ஒருமுறை பெட்லினில் இருந்து வீட்டிற்கு வந்தபோது, அவள் வெளியே போய் இருக்கிறாள் என்றுதான் முதலில் கூறினார்கள். ஆனால், சில வாரங்களிலேயே அவள் வேறொருவனுடன் ஓடிவிட்டாள் என்பதைக் கண்டுபிடித்தேன். நான் அதிகம் அலட்டிக்கொள்ளாமல் அங்கிருந்து வெளியே வந்துவிட்டேன்.

“ஒரு வருடம் கழித்து அவளுடைய மரணச் செய்தியைத்

தினசரியில் பார்த்தேன். அவளின் உறவினர்களிடம் கடிதம் எழுதிக் கேட்டதற்கு, அது உண்மைதான் என்றார்கள். அவர்கள் மிகவும் மோசமானவர்கள். அவர்கள் அனைவரும் அப்படிக் கூறியதால் நானும் இறந்ததாக எடுத்துக்கொண்டேன். ஆனால் அவள் வலிமையான அழகான முகம், தேன் போன்ற நாக்கு, அனைத்தும் பசுமையாக நினைவில் இருந்தது. மூன்று வருடங்களுக்கு முன்பு, நான் அந்தக் ‘குரோவரில் உள்ள உணவகத்திற்குச் சென்றபோது, அவள் சமையலறையில் இருந்தாள்.’ அவளைக் கூட்டிக்கொண்டு ஓடிப்போனவன் அவளை விட்டு விட்டுப் போய்விட்டான். என்னைத் தேடிக் கொண்டிருந்திருக்கிறாள். அவள் மிகவும் ஏழ்மையில் இருந்தாள். சிரமப்பட்டுதான் அந்தஇடத்துக்கு வந்திருந்தாள். அவள் ஒரு நல்ல சமையல்காரியாக இருந்தாள். மேலும் அவளும் வாடிக்கையாளர்களின் ருசிக்குத் தக்க சமைக்கவும் செய்தாள். பலர் சமையலுடன் அவளுடைய அழகான முகத்தையும், பார்க்க விரும்பினார்கள் என்று நினைக்கிறேன். அவர்கள் அவளைத் திகைக்கச் செய்தனர்!”

“ஆம், குட்டிம்மா, அவள் என்னை உடனே கண்டுகொண்டாள். என்னிடம் அழுதாள். அவளை மன்னிக்கும்படி கெஞ்சினாள். நீ வண்டியில் அமர்ந்திருந்ததைப் பார்த்தபோது, உன்னை நோக்கி ஓடி வர முயன்றாள். அவள் வெளியே வந்து முழுக் கதையையும் உன்னிடம் சொல்லாமல் இருக்க நான் அவளைப் பிடிக்க வேண்டியிருந்தது. அவள் அப்படிச் செய்தால் நீ இறந்துவிடுவாய் என்று நினைத்தேன். குட்டிம்மா இதை உன்னால் எப்படித் தாங்கிக்கொள்ள முடியும் என்று எனக்கு அப்போது தெரியவில்லை. உன்னால் தாங்க முடியவில்லை என்றால்?”

“ஜேக், நான் தாங்கிக் கொண்டேன்.”

“நீ தாங்கிக்கொண்டதை நான் அறிவேன். நீ ஆசிர்வதிக்கப்பட்ட குழந்தை குட்டிமா. நான் உன்னை விட்டு விலகி அவளுடன் போகவில்லை என்றால், மனைவி உயிருடன் இருக்கும்போது இரண்டாவது திருமணம் செய்த உன்னை அம்பலப்படுத்துவேன் என்று சொன்னாள். அவள்

என்னையும் உன்னையும் சேர்த்துக் கண்டுபிடித்தவுடனேயே அவளுக்கு ஆயுதம் கிடைத்துவிட்டது. என்னை மீண்டும் திருமணம் செய்ய அவளால் முடியும். அதன் பின் அவள் அதிகம் அழவுமில்லை, மிகவும் அடக்கமாகவும் இல்லை."

"ஆம், குட்டிமா, நான் உன்னை விட்டு ஓடிவிட்டேன். நீ என் முதல் மனைவி இல்லை என்பதால் என்னால் உன்னுடன் இருக்க முடியாது. அன்று இரவு நான் அவளைச் சந்தித்தேன். நாங்கள் நியூயார்க்கிற்குச் சென்றோம். நான் அவள் தங்குவதற்கு ஏற்பாடு செய்தேன்; பின்னர் நான் ஓர் அட்டைப் பெட்டி தொழிற்சாலையில் வேலைக்குச் சென்றேன். அவளுக்கு ஆதரவளித்தேன். ஒரு நாளும் நான்

71

அவளை நெருங்கியதில்லை; என் இதயத்தைக் கொலை செய்யாமல் என்னால் அதைச் செய்ய முடியாது. ஆனால் நான் அவளுக்குப் பணம் கொடுத்தேன். நான் சேமித்த ஒவ்வொரு துளியையும் உனக்கு அனுப்பினேன், நான் இரவுகளில் விழித்திருந்தேன். உனக்கு ஏதாவது தேவைப்படுமோ என்று பயந்து கவலைப்பட்டேன். சரி, எல்லாம் முடிந்துவிட்டது. அவள் ஒரு மாதத்திற்கு முன்பு இறந்துவிட்டாள். அவள் புதைக்கப்பட்டதை நான் பார்த்தேன்."

"நீங்கள் அவளைப் பற்றிச் சொல்ல ஆரம்பித்தபோதே அவள் இறந்துவிட்டாள் என்று எனக்குத் தெரியும், ஏனென்றால் நீங்கள் வந்துவிட்டீர்கள்."

"ஆம், அவள் இந்த முறை உண்மையாக இறந்துவிட்டாள். நான் மகிழ்ச்சியடைந்தேன். நீ பயந்துட்டியா குட்டிமா. கர்த்தர் என்னை மன்னிப்பார் என்று நம்புகிறேன். ஆனால் நான் மகிழ்ச்சியடைகிறேன். அவள் ஒருமோசமானவள், உனக்குத் தெரியுமே சாலி."

"அவள் வருத்தப்பட்டாளா?"

"எனக்குத் தெரியாது, குட்டி."

சாலி தனது தலையை ஜேக்கின் தோளில் மெதுவாகச் சாய்த்துக்கொண்டாள். தங்க நிற சூரிய ஒளி சலசலக்கும் மேப்பிள் மற்றும் லொக்கஸ்ட் (Locust) மரத்தின் இலைகள், கிளைகள் வழியாகச் சல்லடையில் இருந்து விழுவது போல விழுந்தது; குதிரை தலையை வளைத்து, சாலையின் ஓரத்தில் இருந்த இளம் புல்லை மேய்ந்துக்கொண்டிருந்தது.

"இப்போது நாம் குதிரையைக் கிளப்பிக்கொண்டு, டெர்பிக்குச் சென்று மீண்டும் திருமணம் செய்து கொள்வோம், சரியா சாலி?"

அவள் சட்டென்று தலையை உயர்த்தி, ஆவலுடன் அவனைப் பார்த்தாள்.

"ஜேக்."

"சொல்லு, குட்டிமா?"

"ஓ, ஜேக், என் நீலப் பட்டு உடையும் வெள்ளைத்தொப்பியும் வண்டியின் டிரங் பெட்டியில் அப்படியே உள்ளது. அதை வெளியே எடுத்து அந்த மரத்தின் அடியில் நின்று, அணிந்து வருகிறேன். சீக்கிரம் திருமணம் செய்து கொள்ள வேண்டும்!"

ஒரு கனிவான பேய்

கல்லறைத் தோட்டத்திற்கு முன்னால் ஒரு வெள்ளைக் குதிரையும் மூடப்பட்ட கூண்டு வண்டியும் நின்றிருந்தன. குதிரை கட்டப்படவில்லை. ஆனால் அவள் மிகவும் அமைதியாக நின்றாள். அவளின் நான்கடி அகல பருமனான உடல் மெதுவாக அசைந்தது. அவளுடைய சாந்தமான வெள்ளைத் தலை தொங்கியவாறு இருந்தது. இலைகளின் நிழல்கள் அவள் முதுகில் நடனமாடின. கல்லறைத் தோட்டத்தைச் சுற்றிப் பல மரங்கள் நிழல் பரப்பி நின்றன. மே மாதம் வழக்கத்திற்கு மாறாகப் பசுமையாகவும் செழுமையாகவும் இருந்தது. மூடப்பட்ட வண்டியில் வந்திருந்த நான்கு பெண்களும் அதைக் குறிப்பிட்டனர். “இந்த வருடத்தில் மரங்களை இவ்வளவு பசுமையாக இதற்கு முன் நான் பார்த்ததில்லை எனத் தோன்றுகிறது” என்று கூறிக்கொண்டே, ஒருத்தி தனது தலைக்கு மேல் தங்க நிறமும் பச்சை நிறமும் கலந்து செழித்திருந்த சில அழகான கிளைகளைப் பார்த்தாள்.

“இன்று காலை மேரியிடம் நானும் அப்படிச் சொல்லிக்கொண்டிருந்தேன். இது அசாதாரணமானது என நான் நினைக்கிறேன்'' என்று இன்னொருவளும் சேர்ந்து கொண்டாள்.

அவர்கள் கல்லறைத் தோட்டத்தில் இருந்த கல்லறைகளுக்கு இடையே உள்ள குறுகிய பாதைகளில் சுற்றித் திரிந்தனர். அவர்களைப் பற்றிச் சொல்ல வேண்டுமென்றால், குடும்பப்பாங்கான நான்கு நடுத்தர வயதுப் பெண்கள். அவர்களின் முகங்களில் அமைதியும், அடக்க ஒடுக்கமும் குடிக்கொண்டிருந்தன. அவர்கள் அமைதியாகவும் ஆர்வத்துடனும்

பொரி சிமெண்டும் ஃப்ரில்லுமான கதைகள் | தமிழில்: கமல பன்னாள் செல்வம்

அங்கு பதிக்கப்பட்டிருந்த கற்களில் செதுக்கப்பட்டிருந்த எழுத்துகளை வாசித்தனர்; பின்னர் மென்மையான, புதிதாக மலர்ந்த வசந்தகாலப் பூக்களைப் பார்த்துத் திரும்பினர். பூத்திருந்த பாதாம் மற்றும் ப்ரைடல் ரீத் *(Bridal Wreath.* ரோஜா குடும்பத்தைச் சேர்ந்தது) பூக்களைத் தேடினர். எப்போதாவது ஒருமுறை அவர்கள் புதிதாக முளைவிட்டிருக்கும் கல்லறைக்கு வருவார்கள். உடனே அது யாரென்கிற ஆர்வமும் அவர் வாழ்வைப் பற்றிய மதிப்பீடுகளும் அவர்களிடம் சூழ்ந்துகொள்ளும். அந்தப் பெண்கள் குழுவைச் சேர்ந்த ஒருத்தியின் உறவினர்கள் புதைக்கப்பட்டிருந்த இடத்தை அவர்கள் அடைந்தபோது அங்கு அமைதி நிலவியது. அவள் அந்தக் கல்லறையில் ஒரு கொத்துப் பூக்களை வைத்த பின்னர், சிவந்த கண்களுடன் அதைப் பார்த்தாள். மற்றவர்கள் மரியாதையுடன் ஒதுங்கிக் கொண்டனர்.

அவர்கள் புறப்படுவதற்கு முன்புவரை கல்லறைத் தோட்டத்தில் யாரையும் சந்திக்கவில்லை. அவர்கள் அந்தத் தோட்டத்தின் பின்புறத்தில் இருந்த பழமையான பகுதியை அடைந்து, தாங்கள் வந்த படிகள் வழியாகத் திரும்ப நினைத்தபோது, திடீரென்று தங்கள் வலதுபுறத்தில் உள்ள ஒரு திண்டின் மீது ஒரு குழந்தை அமர்ந்திருப்பதைக் கண்டார்கள். அந்தத் திண்டில் ஏழு பழைய சாய்ந்த கற்கள் இருந்தன, அழுக்கினாலும் பாசியாலும் அந்தக் கல்லறையின் கல்லில் இருந்த எழுத்துகள் மிகவும் மங்கலாக இருந்தன. அதன் அருகில அமர்ந்திருந்த குழந்தை ஒன்று, அப்பாவித்தனம் முகத்தில் தொனிக்க தன்னை உற்று நோக்கும் அந்த நான்கு பெண்களையும் ஆர்வமாகப் பார்த்தது. அந்தக் குழந்தையின் முகம் சின்னதாகவும் சிவப்பாக யாரோ கிள்ளியது போல இருந்தது. பெண்கள் அவளைப் பார்த்துக் கொண்டு நின்றனர்.

ஒருத்தி, "உன் பெயர் என்ன குழந்தை?" என்று கேட்டாள்.

அவள் தலையில் இருந்த தொப்பியுடன் ஒரு பிரகாசமான பூ சொருகப்பட்டு, கன்னத்தோடு சேர்த்துத் தூக்கிக்

கட்டப்பட்டு இருந்தது. அவள்தான் அந்தக் கூட்டத்தில் இயல்பாகப் பேசக்கூடியவளாகத் தோன்றினாள். அவள் பெயர் ஹோம்ஸ். குழந்தை தலையைப் பக்கவாட்டில் திருப்பி ஏதோ முணுமுணுத்தது.

"என்ன? எங்களால் கேட்க முடியவில்லை. கொஞ்சம் சத்தமாகப் பேசு; பயப்படாதே. உன் பெயர் என்ன?"

தலை மேல் பூ வைத்திருந்த பெண் தன் தலையில் இருந்த பிரகாசமான அந்தப் பூவை எடுத்து அவள் தலை மேல் வைத்து மகிழ்ச்சியுடன் பேசினாள்.

"நான்சி ரென்" என்று குழந்தைத் தன் பெயரைச் சொல்லும்போது பயத்தில் மூச்சு வாங்கியது.

"ரென்?"

குழந்தை தலையசைத்தது. அதன் இளஞ்சிவப்பு வளைந்த வாய் கொஞ்சம் திறந்து இருந்தது.

"இந்தப் பெயரில் யாரும் எனக்குத் தெரியாது" என்று கேள்வி கேட்டவள் அமைதியாகக் கூறினாள். பின், "அவள் அங்கு இருந்து வந்திருக்கிறாள் என்று நினைக்கிறேன்" எனத் தன் தலையை வலது பக்கம் ஒரு குறிப்பிட்ட திசையை நோக்கிக் காட்டினாள். அந்தக் குழந்தையிடம், "நீ எங்கே இருக்கிறாய், நான்சி?" என்று கேட்டாள்.

குழந்தையும் தலையை வலது பக்கம் அசைத்தது.

"நான் அப்படித்தான் நினைத்தேன்" என்று கூறிவிட்டு, குழந்தையிடம், "உனக்கு எத்தனை வயது?" என வினவினாள்.

"பத்து."

நான்கு பெண்கள் தங்களுக்குள்ளாகப் பார்வையைப் பரிமாறிக் கொண்டனர். "நீ உறுதியாக உண்மையைத்தான் சொல்கிறாயா?"

குழந்தை தலையசைத்தது.

77

"இந்த வயதுக் குழந்தையை, இவ்வளவு சின்ன பெண்ணை நான் இங்கு பார்த்ததில்லை" என்று ஒரு பெண் இன்னொருத்தியிடம் கூறினாள்.

அவளைத் தீவிரமாகப் பார்த்து, "ஆமாம்" என்றாள் திருமதி ஹோம்ஸ். "ரொம்ப சின்ன பெண்". என் மேரியை விட இவள் சின்ன பெண். பின் குழந்தையிடம், "இந்த இடத்தில் உன்னுடைய சொந்தக்காரர்கள் யாரேனும் புதைக்கப்பட்டிருக்கிறார்களா?" என மிக இணக்கமாகவும் அதே நேரம் கருணையுடனும் கேட்டாள்.

குழந்தையின் முகம் தலைகீழாகச் சட்டென்று பிரகாசமாக மாறியது. அவள் முன்பிருந்த தயக்கத்திற்கு மாறாக வித்தியாசமான மென்மையுடன் பேச ஆரம்பித்தாள்.

"அது அம்மா" - கல்லில் ஒன்றைக் காட்டி, "அது அப்பா, அங்கே ஜான், மார்க்ரெட், மேரி, சூசன், அப்புறம் இதோ ஜேன்" எனக் கூறினாள்.

பெண்கள் வியப்புடன் அவளைப் பார்த்தனர். "உன்னுடைய அப்பா அம்மாவா?" - திருமதி ஹோம்ஸ் ஆரம்பித்தார். ஆனால், மற்றொரு பெண் திடமாக அதே நேரம் வேகமாக முன்னேறினாள்.

"அந்த இடம்! அது அந்தக் கறுப்பர்களுடைய இடம். இந்தக் குழந்தை அவர்களுக்கு எந்த உறவாகவும் இருக்க முடியாது. நீ அப்படி பேச வேண்டியதில்லை, நான்சி" என்றாள் அவள்.

"அது அப்படித்தான்" என்று குழந்தை வெட்கத்துடன் விடாமுயற்சியுடன் கூறியது.

அந்தப் பெண்கள் என்ன சொல்ல வருகிறார்கள் என்பதை அவள் தெளிவாகப் புரிந்து கொள்ளவில்லை.

நால்வரும் தங்கள் திகைப்பு அதிகரிக்க அவளைப் பார்த்தார்கள். "அப்படியிருக்க முடியாது. அவர்கள் அனைவரும் கறுப்பர்கள் பல ஆண்டுகளுக்கு முன்பு

இறந்துவிட்டார்கள்" என்று தங்களுக்குள் பேசிகொண்டனர்.

"நான் ஜேனைப் பார்த்திருக்கிறேன்" என்று குழந்தை தானாக முன்வந்து கூறியபோது, அவர்களின் முகத்தில் வெளிப்படையாகப் புன்னகை அரும்பியது.

பின்னர் அந்தத் குண்டான பெண், ஜேன் கல்லறைக் கல்லின் அருகே முழங்காலில் அமர்ந்து அதைத் தீவிரமாக உற்றுப் பார்த்தாள்.

"அவள் நாற்பது ஆண்டுகளுக்கு முன்பு இதே மே மாதத்தில் இறந்திருக்கிறாள்" என்று அவள் கொஞ்சம் திணறித் திணறிக் கூறினாள். "சிறுவயதில் எனக்கு அவளைத் தெரியும். அவள் இறக்கும் போது அவளுக்குப் பத்து வயது. நீ அவளைப் பார்த்ததே இல்லை. அதனால் அத்தகைய கதைகளை நீ சொல்ல வேண்டியதில்லை."

"நான் அவளை நீண்ட காலமாகப் பார்க்கவில்லை" என்று சிறுமி கூறினாள்.

"என்ன சொன்னாய் நீ முன்பு அவளைப் பார்த்தாயா?" - இதுதான் சமாதனப்படுத்த ஒரே வழி என்று நினைத்து திருமதி ஹோம்ஸ் தீவிரமாகக் கூறினாள்.

"நான் அவளை ரொம்ப நாட்களுக்கு முன்பு பார்த்தேன். அவள் ஒரு வெள்ளை உடையும், கழுத்தில் ஒரு மாலையும் அணிந்திருந்தாள். அவள் இங்கு வந்து என்னுடன் விளையாடுவாள்."

பெண்கள் அதிர்ச்சியடைந்த முகத்துடன் ஒருவரை இன்னொருவர் பார்த்துக் கொண்டனர்; ஒருத்தி பதற்றமடைந்தாள்; ஒருத்தி நடுங்கினாள். "அவள் சரியில்லை" என ஒருத்தி கிசுகிசுத்தாள். "போகலாம்." பெண்கள் வெளியேறத் தொடங்கினர். கடைசியாக வந்த திருமதி ஹோம்ஸ், குழந்தையிடம் கடைசி வார்த்தையைக் கூறுவதற்காக நின்றார்.

"நீ அவளைப் பார்த்திருக்க முடியாது. இப்படிப்பட்ட

கதைகளை ஒரு மோசமான பெண்தான் சொல்வாள். நீ அதை மீண்டும் செய்யக் கூடாது, நினைவில் வைத்துக்கொள்" என்று கண்டிப்புடன் கூறினாள்.

நான்சி, ஜேன் கல்லறைக் கல்லில் கை வைத்துக்கொண்டு அதையே பார்த்துக் கொண்டிருந்தாள். ''அவள் விளையாடினாள்" என்று பிடிவாதமாக மீண்டும் அதையே கூறினாள்.

நால்வரின் பேச்சிலும் சின்ன சலசலப்பு இருந்தது. திருமதி ஹோம்ஸ் "அவளிடம் ஏதோ தவறு இருக்கிறது என்று நான் நினைக்கிறேன்" எனக் கிசுகிசுத்தார்.

"நான் அவளை பார்த்த நிமிடத்திலேயே அவள் ஏதோ வினோதமாக இருப்பதாக தான் எனக்கு தோன்றியது" என்று பதற்றமான பெண் கூறினாள்.

நால்வரும் கல்லறையின் முன்பகுதியை அடைந்ததும் சில நிமிடங்கள் ஓய்வெடுக்க அமர்ந்தனர். அது சூடாக இருந்தது, குதிரையும் கூண்டு வண்டியும் இன்னொரு மூலையில் இருந்தது. அதை அடைய அவர்கள் ஏறக்குறைய அந்தக் கல்லறைத் தோட்ட அகலம் முழுவதற்கும் நடக்க வேண்டும்.

அவர்கள் ஒரு கரையில் வரிசையாக அமர்ந்தனர்; தடித்த பெண் தன் முகத்தைத் துடைத்தாள்; திருமதி ஹோம்ஸ் தன் தொப்பியை நேராக்கினாள். அந்தத் தெருவுக்கு நேர் எதிரே இரண்டு வீடுகள் நின்றன, அவற்றின் சுவர்கள் கிட்டத்தட்ட தொட்டுக்கொண்டிருந்தன. ஒன்று ஒரு பெரிய சதுரக் கட்டடம். அதில் பளபளப்பான வெள்ளை, பச்சை நிறத் திரைச்சீலைகள் தொங்கின. மற்றொன்று தாழ்வாக இருந்தது. வெள்ளையடிக்கப்பட்ட கல் வேலை ஜன்னல்களின் கீழ் பகுதி வரை நீண்டிருந்ததுடன், பார்ப்பத்தற்கு அவ்வளவு நன்றாக இல்லாமல் கொஞ்சம் கீழ்த்தரமான தோற்றம் கொடுத்தது. மேலும், திரைச்சீலைகளும் இல்லை.

தாழ்வான கட்டிடத்தின் ஓரத்தில் ஒரு பரந்த உழவு வயல் இருந்தது. அங்கு வயதானவர்கள் பலரும் நடவு செய்யச்

சென்று கொண்டிருந்தனர். அவர்களில் ஒருவர்கூடத் தைரியம் பெற்றவர்களாக இருக்க வாய்ப்பில்லை. சாலையின் குறுக்கே நடந்த போதுகூட அவர்களின் பலவீனமான மனப்பான்மை வெளிப்படுமாறுதான் நடந்தனர். அவர்களின் கைகள் முடக்குவாதத்தால் பாதிக்கப்பட்டது போல இருந்தன.

"அந்த வயலில் வேலை செய்யும் வயதானவர்கள் நடவு வேலையை எப்போதைக்கும் முடிக்க மாட்டார்கள் என நினைக்கிறேன்" என்று திருமதி ஹோம்ஸ் சுற்றும் முற்றும் நோட்டமிட்டு மிகக் கவனத்துடன் கூறினாள். சதுர வெள்ளை வீட்டின் முன் வாசலில் பிரகாசமான முடியுடன் ஒரு பெண் அமர்ந்திருந்தாள்.

அந்த வீட்டு முற்றத்தில் இருந்த இரண்டு உயரமான மேப்பிள் மரங்களிலிருந்து வெளிச்சம் பச்சை நிறத்தில் பரவியது. அது அந்தப் பெண்ணின் தலைமுடி நடுவில் பட்டு ஓர் அற்புதமான வண்ணத்தை உருவாக்கியது.

"அந்தக் கதவருகே நிற்பது ஃப்ளோராடன்தானே?" என்றாள் தடித்த பெண்.

"ஆம். அவளுடைய சிவப்பு முடியைப் பார்த்தாலே அது அவள்தான் எனச் சொல்லமுடியும்."

"எனக்குத் தெரியும் மிஸ்டர் டன் அவர்களின் வீடு, ஒரு காப்பகத்துக்கு அருகில் இருப்பதை வெறுத்திருப்பார். என்னால் நிச்சயமாகச் சொல்ல முடியும்."

"ஓ, அவர் கவலைப்பட மாட்டார். அவர் முதுமையான டில்லியைப் (Tilly) போல எளிமையானவர். அவர்கள் அந்த வீட்டைச் சரியாக அவளது வீட்டின் முன் முற்றத்துக்கு அருகே அமைக்காதிருந்தால் அவருக்கு எந்தத் தொந்தரவும் இருந்திருக்காது. ஆனால் அவள் அதைத் தொந்தரவாக நினைத்திருப்பாள் என நினைக்கிறேன், பின்னாளில் அவள் கூறியதாக நானும் கேள்விப்பட்டேன். ஆனால் ஜான் அதற்குத் தேவை இல்லை என்று சொன்னாராம் என திருமதி ஹோம்ஸ் கூறினாள். மிஸ்டர் டன் அங்கே கால் பதிக்கவில்லை

என்றால் அந்த இடம் அவருக்குக் கிடைத்திருக்காது. அதுவும் நகரத்துக்கு மிக அருகில் அமைத்திருக்காது. அவர்கள் அந்தப் பெரிய வயலைப் பக்கத்தில் இருந்து பார்க்க வசதியாக இந்த இடத்தை விரும்பினார்கள் என்று நினைக்கிறேன்; ஆனால் மிஸ்டர் டன் பிரச்னை செய்திருந்தால் அவர்கள் கொஞ்சம் நகர்த்தியிருப்பார்கள்.”

“என் மனதில் என்ன தோன்றியது என உங்களுக்கு சொல்கிறேன். இது ஒன்னும் வேதம் எல்லாம் இல்லை என எனக்குத் தெரியும். நான் என்ன முடிவுக்கு வந்திருக்கிறேன் என்றும் உங்களுக்குச் சொல்கிறேன். ஆனால், என்னால் அதற்கு உதவ முடியாது. அவர்கள் பிரச்னை செய்யாவிட்டால் இந்த உலகில் அவர்கள் உரிமைகளைப் பெற மாட்டார்கள். நீ எழாமல் அமைதியாகப் படுத்திருந்தால், அடுத்தவர்கள் உன் மீது ஏறிப் போய்க்கொண்டுதான் இருப்பார்கள். மக்கள் அப்படி இருக்க விரும்பினால், யார் என்ன செய்ய முடியும்; தெரியவில்லை.”

வரிசையின் கடைசியில் அமர்ந்திருந்த திருமதி ஹோம்ஸ், திடீரென்று முன்னோக்கிச் சாய்ந்து மற்ற மூவருக்கு அருகில் தன் தலையை நுழைத்துக்கொண்டாள். மர்மமான கிசுகிசுப்பான குரலில், "சொல்லுங்கள். டன் ஹவுஸ் பற்றிய கதைகளை நீங்கள் கேட்டிருக்கிறீர்களா என்பதை அறிய விரும்புகிறேன்?"

“இல்லை; என்ன?" மற்ற பெண்கள் ஆவலுடன் கோரஸாக கேட்டனர். மற்றவர்களும் தங்கள் தலையை, அவள் முகத்திற்கு நேரே வருவது போல அவளை நோக்கி வளைத்தனர்.

“சரி சொல்கிறேன்." எதிர் வீட்டில் இருந்த பெண்ணைப் பார்த்துக்கொண்டே மிக ஜாக்கிரதையாக, "நான் நேரடியாகவே கேள்விப்பட்டேன். அவர்கள் வீட்டில் பேய்கள் இருப்பதாகக் கூறுகிறார்கள்" எனத் திருமதி ஹோம்ஸ் கூறினாள்.

தடிமனான பெண் மூக்கை உறிஞ்சியவாறு நிமிர்ந்தாள்.

"பேய் வாழும் வீடு" என மீண்டும் கூறினாள்.

"ஜென்னி இறந்ததிலிருந்து வீட்டைச் சுற்றி விசித்திரமான சத்தங்கள் கேட்பதாகவும், விவரங்கள் சரியாகத் தெரியவில்லை என்றும் கூறுகிறார்கள். காப்பக வீட்டுக்கு அடுத்ததாக முன்னால் ஒரு அறை தெரிகிறது பார்த்தீர்களா? அதுதான் அந்த அறை என்கிறார்கள்."

பெண்கள் அனைவரும் திரும்பி அந்த அறை ஜன்னல்களைப் பார்த்தனர், அங்கே காற்றில் வெள்ளை திரைச்சீலைகள் சலசலப்புடன் படபடத்தன.

"அதுதான் ஜென்னி தூங்கும் அறை, தெரியுமா?" திருமதி ஹோம்ஸ் தொடர்ந்தார். "அவள் அங்குதான் இறந்தாள். ஜென்னி இறப்பதற்கு முன்பு, ஃப்ளோரா எப்போதும் அவளுடன் அங்கேயே தூங்கியிருக்கிறாள். ஆனால், அவள் இறந்த பின் அவள் இல்லாத அந்த அறையில் தங்க விரும்பவில்லை. அதனால் வேறு அறை ஒன்றில் தங்கியிருக்கிறாள். ஆனால் ஜென்னியின் அறையில் பயங்கரமான புலம்பல் சத்தமும் முனகல் சத்தமும் கேட்டதாம். இதனால் ஃப்ளோரா அங்கு தூங்கச் சென்றிருக்கிறாள்."

"அவளால் அங்கே தூங்கியிருக்க முடியும் என்று எனக்குத் தோன்றவில்லை" என்று வெளுத்திருந்த பதற்றமான பெண் கிசுகிசுத்தாள்.

"அவள் எரியும் விளக்கு எடுத்துக்கொண்டு உள்ளே நுழைந்தவுடன் அந்தப் பயங்கர முனகல் சத்தம் நின்றுவிடுமாம். ஜென்னி எப்பொழுதும் தனியாக உறங்குவதற்குப் பயப்படுவாளாம், பயங்கரக் கூச்ச சுபாவமுள்ளவள் என்று உங்களுக்குத் தெரியும்தானே? அதோடு இரவு முழுவதும் விளக்கு எரிந்து கொண்டிருந்ததால், அது உண்மையில் அவளாக இருக்கும் என நினைத்திருக்கலாம். நான் அப்படித்தான் நினைக்கிறேன்."

"நான் இதில் ஒரு வார்த்தையையும் நம்பவில்லை" என்று தடிமனான பெண் எழுந்தாள். "மிஸ்டர் டன் ஒரு

கல்லறைத் தோட்டத்துக்கு எதிரே வசிப்பதால், மக்கள் இதுபோன்ற விஷயங்களைப் பேசுவதைக் கேட்பது என்னைப் பொறுமையிழக்கச் செய்கிறது."

"நான் அதைக் கேலியாகக் கூறினேன்" என்று திருமதி ஹோம்ஸ் விறைப்பாகக் கூறினாள்.

"ஓ, நான் உன்னைக் குறை கூறவில்லை; இது போன்ற கதைகளை ஆரம்பிப்பவர்கள் கூறுவதைக் கேட்க எனக்குப் பொறுமை இல்லை. அந்த அன்பான, அழகான பதினாறு வயதுப் பெண்ணை நினைத்துப் பாருங்கள்!"

"சரி, நான் அந்தப் பேய் கதையைக் கேட்டது போல் கேலியாகச் சொல்லியிருக்கிறேன்" என்று திருமதி ஹோம்ஸ் இன்னும் லேசான கூச்சத் தொனியில் கூறினார். "இதுபோன்ற விஷயங்களில் நான் எப்போதும் அதிக பங்கு எடுப்பதில்லை."

நான்கு பெண்களும் அப்பகுதியில் உலா வந்து, மூடப்பட்ட வண்டியில் ஏறிக்கொண்டனர். தடிமனான பெண் சமாதானமாக, "நான் எப்பொழுது இப்படி வெளியே சென்றேன் என்று எனக்குத் தெரியவில்லை. இந்தப் பயணம் எனக்கு நல்லது செய்தது போல் உணர்கிறேன். நான் நீண்ட காலமாகக் கல்லறைத் தோட்டத்துக்கு வர விரும்பினேன். ஆனால், அதைவிடக் காலாற எங்காவது உலா செல்ல அதிகம் விரும்பினேன். மிஸ் ஹோம்ஸ், நான் உங்களுக்கு உண்மையிலேயே அதிகம் கடமைப்பட்டிருப்பதாக உணர்கிறேன்."

மற்றவர்கள் உள்ளே ஏறினர். திருமதி ஹோம்ஸ் அனைவரின் பாராட்டையும் மனதார ஏற்றுக்கொண்டாலும், லாவகமாக மறுத்து, முன் இருக்கையில் ஏறித் தன்னை வண்டி ஓட்டுவதற்குத் தயாராக நிலைப்படுத்திக்கொண்டு, வெள்ளைக் குதிரையின் மேல் இருந்த கடிவாளத்தை அசைத்தாள். பின்னர் அந்தப் பெண்கள் குழு இருந்த வண்டி கிராமத்திற்குச் செல்லும் சாலையோரமாக ஓடியது. வழியில் பண்ணை வீடுகள் மற்றும் செழுமையான பச்சைப்

புல்வெளிகளைக் கடந்து சென்றது. அந்தப் புல்வெளி ஓரங்களில் தங்க நிறத்தில் டான்டேலியன்கள் (சாமந்தி குடும்பத்தைச் சேர்ந்த ஒரு வகை பூ) நிறைந்திருந்தது. அந்தப் பூக்களின் செடிகள் உயரத்தில் இருந்தன; அதன் பூக்கள் இன்னும் முற்றிலும் மலர்ந்திருக்கவில்லை.

கதவருகே படியில் இருந்த ஃப்ளோரா டன், அவர்கள் தெருவில் இறங்கத் தொடங்கும் போது அவள் வேலையில் இருந்து கண்களைச் சில கணம் திருப்பினாள்; பின்னர் வேகமாகத் தைக்கத் தொடங்கினாள்.

"அந்த நபர்கள் யார், நீ பார்த்தியா ஃப்ளோரா?" அந்த அறைக்கு வெளியே இருந்த அவளின் அம்மா கேட்டாள்.

"நான் கவனிக்கவில்லை" என்று ஃப்ளோரா அவள் அம்மாவைப் பார்க்காமலே இயந்திரகதியில் பதிலளித்தாள்.

அப்போதுதான், பெண்கள் சந்தித்த சிறுமி, கல்லறையை விட்டு வெளியே வந்து தெருவைக் கடந்தாள்.

"அந்த அப்பாவிச் சின்ன பெண் ரென் அங்குதான் இருக்கிறாள்" என்று அறையில் இருந்த அம்மா குரல் கூறியது.

"ஆம்" என்று ஃப்ளோரா ஒப்புக்கொண்டாள். சிறிது நேரத்தில் எழுந்து வீட்டிற்குள் நுழைந்தாள். அவள் அறைக்கு வந்ததும் அம்மா அவளைக் கவலையுடன் பார்த்தாள்.

"உன்னிடம் எனக்குப் பொறுமை போய்விட்டது, ஃப்ளோரா. நீ வெள்ளைத்தாளைப் போல வெளுத்துப் போய் இருக்கிறாய். உன்னை நீயே அழித்துக்கொள்கிறாய். நீ மிக முட்டாள்தனமாகச் செயல்படுகிறாய்."

ஃப்ளோரா ஒரு நாற்காலியில் முன்னோக்கிப் பரிதாபமான பார்வை பார்த்துக்கொண்டு நேராக அமர்ந்தாள். "என்னால் அதற்கு உதவ முடியாது; என்னால் வேறு எதுவும் செய்ய முடியாது. நீங்கள் என்னைத் திட்டுவீர்கள் என்று நான் நினைக்கக்கூட இல்லை அம்மா" என்றாள்.

"உன்னைத் திட்டினேனா, நான் உன்னைத் திட்டவில்லை,

குழந்தை. ஆனால் நீ இவ்வாறு செய்வதில் எந்த அர்த்தமும் இல்லை. நீயே உன்னை அழித்துக்கொள்கிறாய், நீதான் எனக்கு எஞ்சியிருப்பது. உனக்கு எதுவும் நடக்க விடமாட்டேன் ஃப்ளோரா" எனகூறியவாறு, திடீரென்று திருமதி டன் தனது முகத்தைக் கைகளில் மறைத்துக்கொண்டு வெடித்து அழுதார்.

"அம்மா, நீங்கள் இதிலிருந்து மீண்டுவிட்டீர்கள் என நான் நினைத்து இருந்தேன்" என்று ஃப்ளோரா பெருமூச்சுடன் கூறினாள்.

"நான் எப்படி இருக்கிறேன் என்று எனக்கே தெரியவில்லை" என்று அவள் தாய் அழுதார்; "ஆனால் நான் உன்னைப் பற்றிக் கவலைப்பட வேண்டும். மற்ற அனைத்தையும் பற்றி. என் அன்பே! அன்பே, அன்பே!"

ஃப்ளோரா அழவில்லை, ஆனால் அவளது முகம் பார்வைக்கு மேகம் இருண்டது போலக் கூடுதலான மனச்சோர்வுடன் காட்சியளித்தது. "நீங்கள் என்னைப் பற்றிக் கவலைப்பட வேண்டிய அவசியம் இல்லை அம்மா" என்றாள்.

அவளுடைய கூந்தல் அழகாக இருந்தது, அவள் நிறம் வசீகரமாக இருந்தது. ஆனால் அவள் அழகாக இல்லை. அவளுடைய அங்கங்கள் அளவெடுத்தது போல இருந்தன, ஆனால் அவளின் செயல்கள் மிகவும் தீவிரமானதாகவும் பதற்றமாகவும் இருந்தன. வெளித்தோற்றத்திற்குத் தன் அம்மாவின் தோற்றத்தில் இருந்தாலும் சில அம்சங்கள் இருவரிடத்திலும் வேறுபட்டன. இருவரும் ஒரே வலியை எதிர்கொண்டு சிதைந்தது போல் அவர்களின் தோற்றம் இருந்தது. அதேபோல இருவரின் தழும்புகளுக்கும் ஒற்றுமை இருந்தது. திருமதி டன்னின் பரந்த, கனமான அம்சம் கொண்ட முகத்தில் இழையோடும் சோகத்திலும், அவரது மகளின் மெல்லிய முகத்தில் இழையோடும் நுட்பமான சோகத்துக்குக்கும் இடையே உள்ள வலுவான ஒற்றுமையை நிச்சயமாகப் பார்ப்பவர்கள் உடனடியாகக் கவனிக்க முடியும். இந்த ஒற்றுமை மூன்று மாதங்களுக்கு முன்பு வரை

அவர்களிடம் இல்லை.

"நான் பார்த்துக் கொண்டுதானிருக்கிறேன். நான் ஒன்றும் பார்வையற்றவள் இல்லை" எனக் கூறியவாறு அம்மா திரும்பினார்.

"நீங்கள் எதற்காக என்னைக் குறை கூறுகிறீர்கள் என்று எனக்குத் தெரியவில்லை."

"நான் உன்னைக் குறை கூறவில்லை. ஆனால் உன்னைப் போலவே, நானும் அங்கே தூங்க விரும்புகிறேன். என்னையும் அங்கே அனுமதிக்க வேண்டும்."

திடீரென அந்தப் பெண்ணும் உடைந்து சத்தமாக அழுதாள். "நான் அவளை விட்டு எங்கும் போக மாட்டேன். பாவம் குட்டி ஜென்னி! பாவம் குட்டி ஜென்னி! நீ என்னைத் தேற்ற முயற்சிக்காதே. அம்மா, என்னால் முடியாது!"

"ஃப்ளோரா, வேண்டாம்!"

"என்னால் முடியாது! என்னால் முடியாது! என்னால் முடியாது! பாவம் குட்டி ஜென்னி! என் அன்பே! அன்பே!"

"அப்படி நான் வந்தால் என்ன? அறைக்கு வந்தால் என்ன, அவள் யார்? உன்னைப் போல் அவளையும் நான் பெற்றிருக்கிறேன் இல்லையா? அம்மா அவளிடம் போகக் கூடாதா?"

"நான் அவளை விட்டுத் தர மாட்டேன். நான் மாட்டேன். நான் மாட்டேன்!"

அவளின் துயரம் கனமாகப் பாதிக்க திடீரென்று திருமதி டன்னின் முகம் அமைதியானது. ஃப்ளோரா, துக்கம் நிறைந்த பெருமிதத்துடன் தன் மகளை நோக்கி, "நீ அவ்வாறு செய்யக் கூடாது; அது தவறு. நீதாங்கவே முடியாது என்று நினைக்கும் ஒரு விஷயத்துக்காக முற்றிலுமாகச் சோர்வடையக் கூடாது. சில காலம் கழித்து அதை உணர்வாய்."

"அம்மா, நீங்கள் நினைக்கறீர்களா இல்லையா?"

"நான் என்ன நினைக்கிறேன் என்று தெரியவில்லை ஃப்ளோரா."

அப்போது வீட்டின் பின்பகுதியில் கதவு மூடப்படும் சத்தம் கேட்டது. "அப்பா வந்துவிட்டார், இன்னும் அடுப்பே பற்ற வைக்கவில்லை" எனக் கூறியவாறு திருமதி டன் எழுந்தார்.

ஃப்ளோராவும் எழுந்து, தன் அம்மாவுக்கு இரவு உணவு சமைக்க உதவினாள். இருவரும் திடீரென்று விறைப்பாகத் தங்களை அமைதிக்குள் நுழைத்துக்கொண்டனர். அவர்களின் கண்கள் சிவந்திருந்தன. ஆனால், அவர்களின் உதடுகள் இறுக்கமாக இருந்தன. மனதின் உறுதி அவர்கள் நரம்புகளில் ஓடிக்கொண்டு இருந்தது. அவர்கள் தங்களைத் தாங்களே இறுக்கிப் பிடித்து சமாளித்துக் கொண்டார்கள். அவர்கள் துக்கத்தைவிட அது கடினமாக இருக்கலாம். மிஸ்டர் டன் மற்றும் அவரது இரண்டு கூலி ஆட்களுக்கு தேநீர் தயார் செய்தார்கள்; பின்னர் அந்த இடத்தைச் சுத்தப்படுத்திவிட்டு, தங்கள் ஊசி நூலை எடுத்துக்கொண்டு முன் அறையில் அமர்ந்தனர். மிஸ்டர் டன் கனிவான மனிதர்தான் என்றாலும் அதிக சுவாரசியம் இல்லாதவர். அவர் தனது செய்தித்தாளில் மூழ்கினார். திருமதி டன்னும், ஃப்ளோராவும் அவர்கள் வேலையில் இருந்து கண்களை எடுக்காமல், கவனமாகத் தைத்தனர். அடுத்த அறையில் ஓர் உயரமான கடிகாரம் இருந்தது. அது சத்தமாக ஒலித்தது; ஒவ்வொரு மணி நேரத்திற்கும் அது கேட்கத் தூண்டும் இனிய சத்தத்தை எழுப்பியது. அந்த வழியில் ஒன்பது மணிக்கு அந்த இனிய சத்தத்தை எழுப்பியபோது திருமதி டன், ஃப்ளோரா இருவரும் ஒருவரை இன்னொருவர் பார்த்துக்கொண்டனர். ஃப்ளோராவின் முகம் வெளுத்து இருந்தது. அவள் கண்கள் பெரிதாகத் தெரிந்தன. அவள் தன் வேலையை முடிக்க ஆரம்பித்தாள். திடீரென்று ஒரு மெல்லிய முனகல் அழுகை சத்தம் ஒலித்தது. சொல்லப்போனால் குறிப்பாக அறைக்கு மேலே இருந்து அந்தச் சத்தம் வந்தது.

"அங்கே ஆரம்பித்துவிட்டது!" - ஃப்ளோரா கத்தினாள்.

விளக்கைப் பிடித்துக்கொண்டு ஓடினாள். திருமதி டன் பின்தொடர்ந்து கொண்டிருந்தார். கதவுக்கு அருகில் அரைத்தூக்கத்தில் தெளிவில்லாமல் இருந்த அவரின் கணவர், குழப்பத்துடன் காற்றில் பறந்த தனது மனைவியின் ஆடையைப் பிடித்து, "என்ன விஷயம்?" எனக் கேட்டார்.

"கேட்கவில்லையா? உங்களுக்குக் கேட்கவில்லையா?"

முதியவர் திடீரெனப் பிடித்திருந்த ஆடையை விட்டு, "நான் எதுவும் கேட்கவில்லையே" என்றார்.

"ஹக்!"

ஆனால், உண்மையில் அழுகை நின்றுவிட்டது. ஃப்ளோரா அறைக்கு மேல் நகரும் சத்தம் கேட்டது, அவ்வளவுதான். சிறிது நேரத்தில் திருமதி டன் அவளைப் பின்தொடர்ந்து மாடிக்கு ஓடினாள். முதியவர் பார்த்துக்கொண்டே அமர்ந்திருந்தார். "இது எல்லாம் முட்டாள்தனம்" என்று அவர் மெல்ல முணுமுணுத்தார். பின் மீண்டும் தனது தூக்கத்தைத் தொடர்ந்தார். அவரது வெறுமையான சிரித்த முகம் முன்னோக்கிச் சாய்ந்தது. மெதுவான மூளையும் பொறுமையும் கற்பனையுமற்ற மிஸ்டர் டன்னின் மாலை நேரத் தூக்கம் கடந்த மூன்று மாதங்களாக இவ்வாறாகத் தடைப்பட்டுக் கொண்டிருந்ததுடன் அவரது குழப்பம் இன்னும் தீர்ந்தபாடில்லை. அவர் வாழ்க்கையின் எளிமையான, யதார்த்தங்களை மட்டுமே கையாளப் பழகியவர்; அதனால் அங்கு நடப்பதாகக் கூறுபவை எல்லாம் அவரது ஊகத்திற்கு அப்பாற்பட்டவை. அவரது உணர்வு நிலையில் அவரின் மகள் ஜென்னி இறந்து பரலோகம் சென்றுவிட்டாள்; அவளது சிறிய அறையில் இருந்து எந்தப் பேய் புலம்பல்களையும் அவரால் கேட்க முடியவில்லை. நம்பகத்தன்மை இல்லாதவர்கள் அவற்றைக் கேட்கவும் முடியாதுதானே.

கடைசியாக அவரின் மனைவி கீழே இறங்கி வந்தபோது, அங்கே தூங்கிக்கொண்டிருந்த கணவரை ஒரு கசப்பான

89

உணர்வுடன் பார்த்தார். தனிமையில் தன்னைப் பனிக்காற்று சூழ்ந்திருப்பது போல் உணர்ந்தாள். தன்னைப் போலவே எண்ணும் தன் மகளும் பரிதாபத்துக்குரியவளாக இருப்பதை உணர்ந்தாள். மேலும் இந்தக் குழப்பத்தில் அவள் மீதான புரிதல் வந்ததுடன் அனுதாபமும் கூடியது. இந்தப் பயங்கரமான, விசித்திரமான அழுகைகளை அவள் தனியாகக் கேட்டிருப்பாள் என்பதே அவள் மீதான அனுதாபம் கூடியதற்குக் காரணமாக இருந்தது. ஏனென்றால் அவள் ஃப்ளோராவைப் பற்றி அதிக கவலையுடன் இருந்தாள். அந்தப் பெண் ஒருபோதும் வலிமையானவளாக இருந்ததில்லை. மறுநாள் காலை அவள் இறங்கி வந்ததும் அவளைக் கவலையுடன் பார்த்தாள்.

அவளிடம், "நேற்றிரவு நீ தூங்கினாயா?" என்று கேட்டாள்.

ஃப்ளோரா "கொஞ்சம்" எனப் பதிலளித்தாள்.

காலை உணவுக்குப் பிறகு, சின்ன பெண் ரென் மீண்டும் கல்லறைக்குச் செல்லும் சாலையின் குறுக்காக ஓடுவதை அவர்கள் கவனித்தனர். "அவள் எல்லா நேரமும் அங்கு செல்கிறாள். ஆம், அவள் ஓடிவிட்டாள் என்றுதான் நம்புகிறேன். அவள் பின்னால் திரும்பிப் பார்ப்பதைப் பாரு" என, திருமதி டன் குறிப்பிட்டார்.

"ஆம்" - ஃப்ளோரா அக்கறையின்றி கூறினாள்.

மதியம் பக்கத்து வீட்டிலிருந்து, "நான்சி, நான்சி... நான்சி ரென்!" என்று வந்த குரல் ஏறக்குறைய சத்தமாகவும் அதே நேரத்தில் அதிக அழுத்தமில்லாமலும் வலுவற்றதாகவும் இருந்தது. பின்னர் அது சீராகவும் மெதுவாகவும் மாறியது. இப்படி அந்தக் குரல் மாறிய விதம் அதன் உரிமையாளரை நன்கு சுட்டிக்காட்டியது. தன் சொந்த கோபமான குரலை ஒழுங்குபடுத்தக்கூடிய ஒரு பெண் மற்றவர்களை ஒழுங்குபடுத்த முடியும். திருமதி டன்னும் ஃப்ளோராவும் அதைப் புரிந்து கொண்டு கேட்டனர்.

"அந்த அப்பாவி சின்ன பெண் வீட்டிற்கு வந்தால் புரிந்து கொள்வாள்" என்று திருமதி டன் கூறினார்.

"நான்சி! நான்சி! நான்சி ரென்!" மீண்டும் குரல் அழைத்தது.

"நான் அந்தக் குழந்தைக்காகப் பரிதாபப்படுகிறேன். திருமதி கிரெக் அவளைப் பின்தொடர்ந்துதான் செல்ல வேண்டும். ஒருவேளை அவள் அங்கேயே தூங்கி இருப்பாள். ஃப்ளோரா, நீ ஏன் அங்கு ஓடிச் சென்று அவளைப் அழைத்துவரக் கூடாது?"

மீண்டும் குரல் ஒலித்தது. ஃப்ளோரா தனது தொப்பியை எடுத்துக்கொண்டு வீட்டிற்குச் சிறிது கீழே இருந்த தெருவின் குறுக்கே ஓடினாள். எனவே அழைக்கும் பெண் அவளைப் பார்க்கவில்லை. கல்லறைத் தோட்டத்துக்குள் நுழைந்ததும், தன் மெல்லிய இனிய குரலால், அந்தக் குழந்தையைக் கூப்பிடும் முறையில் அழைத்தாள். கடைசியாக அவள் குழந்தை இருக்கும் இடத்துக்கே நேரடியாக வந்தாள். அவள் கறுப்பர்கள் புதைக்கப்பட்ட பகுதியில் இருந்தாள். அந்தக் குழந்தையின் சின்ன மெல்லிய உடல், அதன் மங்கலான பருத்தி உடையில், கல்லறைகளில் ஒன்றின் அருகே தரையில் சுருண்டிருந்தது. இயற்கையைத் தவிர வேறு யாரும் அந்தப் பழைய கல்லறைகளை இப்போது பராமரிக்கவில்லை. அவள் தன் சொந்த விருப்பப்படி அதனைப் பராமரித்துக் கொண்டு இருந்தாள். அவற்றைச் சுற்றி நடப்பட்ட பூச்செடிகளில் ஒன்றுகூட எஞ்சியிருக்கவில்லை. ஆனால், ஒரு பழைய மங்கலான வெள்ளை ரோஜா புதர் மட்டும் புதிய இலைகளைத் துளிர்க்கவிட்டு இருந்தது. கறுப்பர்கள் புதைக்கப்பட்ட பகுதி கல்லறையின் கடைக்கோடியில் இருந்தது. அந்தக் கல்லறைகளை ஒட்டி அடர்த்தி குறைந்த மெல்லிய மரங்கள் நிறைய வளர்ந்திருந்தன. அந்த மரங்கள் அமைதியாக அவற்றின் எல்லைகளைக் கொஞ்சம் கூடுதலாகவே எடுத்துக்கொண்டிருந்தன. அந்தப் பகுதியின் பின்புறத்தில் நின்றிருந்த மெல்லிய மரங்கள் வெள்ளி நிறத்தில் மின்னும் இலைகளுடன் நின்றிருந்தது. நீல காட்டுப்பூக்கள் *(Houstania)*

அந்த இடங்களைச் சுற்றி மண்டி இருந்தது.

குழந்தை தனது சின்ன தலையை உயர்த்தி, தூக்கத்திலிருந்து எழுந்தது போல் ஃப்ளோராவைப் பார்த்துக் கொண்டிருந்தது. அவள் தனது குட்டி இளஞ்சிவப்பு வாயைத் திறந்து வைத்திருந்தாள். அவளுடைய அப்பாவி நீல நிறக் கண்கள் ஆச்சரியமான தோற்றத்தைக் கொண்டிருந்தன. அவள் திடீரென்று ஒரு புதிய காட்சியைப் பார்ப்பது போல இருந்தது.

அவளது இனிமையான, பலவீனமான குரலில், “அவள் எங்கே போனாள்?” எனக் கேட்டாள்.

“யார்? எங்கே போனார்கள்?”

“ஜேன்.”

“நீ என்ன சொல்கிறாய் என்று எனக்குத் தெரியவில்லை. வா, நான்சி, நீ இப்போது வீட்டுக்குப் போக வேண்டும்.”

“நீ அவளைப் பார்க்கவில்லையா?”

“நான் யாரையும் பார்க்கவில்லை.” - ஃப்ளோரா பொறுமையின்றி பதிலளித்தாள்... “வா!”

“அவள் இங்கேதான் இருந்தாள்.”

“என்ன சொல்கிறாய்?”

“ஜேன் அங்கேதான் நின்று கொண்டிருந்தாள். அவள் வெள்ளை ஆடையும், கழுத்தில் மாலையும் அணிந்திருந்தாள்.”

ஃப்ளோரா நடுங்கி, பயத்துடன் அவளைச் சுற்றிப் பார்த்தாள். குழந்தையின் கற்பனை அவளது இயல்பான சொந்த கற்பனைகளைப் பற்றிக் கொண்டது. “இங்கே ஒரு உயிரும் இல்லை. நீ கனவு கண்டிருக்கிறாய் குழந்தை. வா!”

“இல்லை, நான் சொல்வது உண்மை. நீலப் பூக்கள் மற்றும் இலைகள் கண் சிமிட்டுவதை நான் எப்போதும் பார்த்திருக்கிறேன். ஜேன் அங்கேதான் நின்றாள். குழந்தைத் தன் சிறு விரலால் அவள் பக்கத்தில் இருந்த ஒரு இடத்தைக்

காட்டியது. "அவள் நீண்ட நேரமாக வரவில்லை." பின்னர் வந்து "அவள் அங்கேயே தங்கினாள்" என அருகில் இருந்த கல்லறையைச் சுட்டிக்காட்டினாள்.

ஃப்ளோரா மிகவும் கடுமையுடன், "நீ அப்படிப் பேசக் கூடாது" என்று கூறினாள். "நீ உடனே எழுந்து வீட்டுக்கு வர வேண்டும். திருமதி க்ரெக் உன்னைத்திரும்ப திரும்ப அழைக்கிறார். அவருக்கு அது பிடிக்காது."

"மிஸ் 'கிரெக் வருகிறாரா?" - நான்சியின் குட்டி வாயைச் சுற்றி முகம் வெளிர் நிறமாகி, அவள் காலடியில் விழுந்தாள்.

"நீ உடனடியாக வராவிட்டால் அவர் இங்கு வருவார்."

குழந்தை அதன்பின் ஒரு வார்த்தை பேசவில்லை. குறுகிய பாதைகள் வழியாக முன்னோக்கிப் பறந்து, ஃப்ளோரா தெருவைக் கடக்கும் முன் காப்பக வாசலில் இருந்தாள்.

"அவள் திருமதி கிரெக்கைப் பார்த்து மிகவும் பயப்படுகிறாள்." - வீட்டிற்கு வந்ததும் தன் தாயிடம் சொன்னாள். நான்சி தனக்குள்ளாக அடைத்துக் கொண்ட கூட்டிலிருந்து கொஞ்சம் வெளியேறி, தனக்குள்ளாக நிறைய பேசினாள்.

"பாவம் சின்ன குழந்தை! நான் அவளுக்காக பரிதாபப்படுகிறேன்" என்று திருமதி டன் கூறினார். திருமதி டன்னுக்கு திருமதி கிரெக்கைப் பிடிக்காது.

அவள் அம்மாவிடம், "ஜேன்" பற்றிக் கூறுவதற்கு முன்பு, ஃப்ளோரா அவளாக ஒரு கதையைச் சிறிது நேரம் யோசிக்கும் வரை அரிதாகவே பேசினாள். அது மதிய நேரம் இருவரும் முன் அறையில் தங்கள் தையல் வேலையில் இருந்தனர்.

"நிச்சயமாக அவள் கனவுதான் கண்டிருக்க வேண்டும்" என்றாள் ஃப்ளோரா.

"பின்னர் அவள் இருந்திருக்க வேண்டும்" - அவள் தாயுடன் மீண்டும் சேர்ந்து கொண்டாள்.

இருவரும் ஒருவரை இன்னொருவர் பார்த்துக்கொண்டனர். அவர்களின் கண்கள் நாக்கைவிட அதிகமாகப் பேசியது. இப்போது ஒரு புதிய அதிசயம்... மிக விறைப்பாகப் பேசித் திரிந்த இந்த இரண்டு நியூ இங்கிலாந்து ஆன்மாக்கள் இடையே ஓர் இணக்கம் மெல்ல நறுமணத்தை வீச ஆரம்பித்தது. எல்லாவற்றிற்கும் மேலாக, இருவருமே மாய உலகின் இருண்ட புல்வெளிகள் வழியாகக் குறுகிய பாதைகளில் ஒன்றாக நடந்தனர். அவர்கள் ஒருபோதும் தங்கள் கால்களை இழக்கவில்லை என்றாலும், புல்வெளிகளில் இருந்து எழும் மெல்லிய ஆவியின் நிழல் அவர்களின் முகங்களில் வரக்கூடும்.

இதைக் கற்பனை, மாயை, மூடநம்பிக்கை, இவற்றில் எந்தப் பெயரிட்டாலும், அவர்களுடைய இந்த உணர்வு இப்போது மூன்று மாதங்களாகத்தான் அவர்களிடம் வளர்ந்திருக்கிறது. அதாவது இளம் வயது ஜென்னி டன் இறந்ததிலிருந்து. மாயை என்றால் அது நீண்ட காலம் நீடிக்கக் கூடாது என்பதற்கு எந்தக் காரணமும் இல்லை. இயற்கையாகவே பதற்றமும் கற்பனையும் இந்த இரண்டு பெண்களின் இயல்புகளாக இருந்ததால், தங்கள் இயல்புகளுக்குக் கூடுதல் கவனிப்பை இந்தத் துக்கம் வழங்கி அவை மிகைப்படுத்தப்பட்டு, இப்போது அது நிலைத்திருக்கக்கூடும்.

அது மாயை இல்லையென்றால், என்ன பேயோட்டுதல், புனித புத்தகம் மணியின் மந்திரச் சத்தம் ஆகியவை இருட்டில் தனியாக இருக்க பயப்படும் ஒரு சின்ன கூச்ச சுபாவமுள்ள குழந்தையின் ஆன்மாவைப் பேய் பயத்திலிருந்து தடுத்து வைக்க முடியுமா?

நாட்கள் நகர்ந்தன. இப்போதும் ஒன்பது மணிக்கு ஃப்ளோரா தனது அறைக்கு விரைந்தாள். அவள் ஒரு கணம் தாமதித்தால், சில சமயங்களில் அவள் அங்கு செல்லவில்லை என்றால், அந்தப் பரிதாபமான மெல்லிய அழுகை வீடு முழுதும் ஒலித்தது.

இந்த விசித்திரக் கதை படிப்படியாகக் கிராமம் முழுவதும் பரவியது. திருமதி டன்னும், ஃப்ளோராவும்

அதைப் பற்றி அமைதியாக இருந்தனர். ஆனால், கிசுகிசு இயற்கையிலேயே பேயின் இயல்புடையது என்பதுடன், மனதின் கற்பனைகளைப் பூட்டிவைக்கவும் முடியாது. அவற்றுக்குச் சாவிகளோ, கம்பிகளோ தேவை இல்லை.

இதனால் பெரும் பரபரப்பு நிலவியது. ஆரோக்கியமற்ற ஆர்வத்துடனும் அனுதாபத்துடனும் பாதிக்கப்பட்ட மக்கள் அவர்கள் வீட்டிற்கு வந்தனர். ஒரு நாள் மதியம் மதபோதகர் வந்து பிரார்த்தனை செய்தார். திருமதி டன்னும், ஃப்ளோராவும் அவர்கள் அனைவரையும் கொஞ்சம் தயக்கத்துடன் ஏற்றுக்கொண்டனர். மர்மமான சத்தங்களைத் தாங்களாகவே கேட்க வேண்டும் என்கிற விருப்பத்தில் அவர்கள் உடன்படவில்லை. மக்கள் அவர்களை, "பேய்க்கு நெருக்கமானவர்கள்" என்று அழைத்தனர். மிஸ்டர் டன்னிடமிருந்து அவர்கள் திருப்தியான தகவல்களைப் பெற்றனர். அவர் தனது அதிகாரத்தில் உள்ளவற்றில் தனக்குத் தெரிந்த அனைத்துத் தகவல்களையும், இந்த விஷயத்தில் தனது சொந்த கோட்பாடுகளுடன் சேர்த்து வழங்கத் தயாராக இருந்தார்.

"நான் ஒருமுறை தவிர வேறு எப்போதும் எதையும் கேட்டதில்லை. ஆனால், அந்தச் சத்தம் எல்லாவற்றையும்விட எனக்கு ஒரு பூனை போல் இருந்தது. திருமதி டன்னும் ஃப்ளோராவும் மிகவும் பதற்றமாக இருக்கிறார்கள் என நினைக்கிறேன்" என்று கூறினார்.

வசந்த காலம் தாமதமாக ஆரம்பித்த ஒரு நாள் இரவு, ஃப்ளோரா தனது விளக்கில் எண்ணெயைக் குறைத்துக்கொண்டு மாடிக்குச் சென்றாள். அன்று எண்ணெய் நிரப்புவதை அலட்சியம் செய்திருந்தாள். அவள் ஆடையை அவிழ்க்கும் வரை அதைக் கவனிக்கவில்லை. பிறகு அதை ஊதி அணைக்கவேண்டும் என்று மனதுக்குள் நினைத்துக்கொண்டாள். கூச்ச சுபாவமுள்ள குட்டி ஜென்னி தனது அருகில் இருந்த நாட்களில் எப்போதும் இரவு முழுவதும் ஒரு விளக்கை எரித்துக்கொண்டே இருந்தாள்.

ஃப்ளோரா இப்போது பயந்து போனாள்.

அதனால் அவள் விளக்கை அணைத்தாள். எப்போதும் கேட்கும் அதே மெல்லிய அழுகை ஒலி அறை முழுவதும் கேட்கும் போது, அவள் தலையணையின் மேல் தலையைச் சாய்த்திருக்கவில்லை. ஃப்ளோரா படுக்கையில் அமர்ந்து கேட்டுக் கொண்டிருந்தாள். அவள் கைகள் இறுகின. முனகல் சத்தம் கொஞ்சம் கொஞ்சமாக அதிகரித்தது; கூர்ந்து கேட்கத் தொடங்கினாள். கொஞ்சம் உடைந்த வார்த்தைகள், உடைந்த வாக்கியங்கள், பயங்கரம் மற்றும் துயரம் தோய்ந்த குரல்கள், அந்த முனகல் சத்தத்திலிருந்து தங்களை வடிவமைக்கத் தொடங்கின.

ஃப்ளோரா படுக்கையில் இருந்து எழுந்து, தனது மேற்கு ஜன்னலை நோக்கித் தடுமாறிச் சென்றாள் -அந்த ஜன்னல் காப்பகம் பக்கத்தில் இருந்த ஒன்று. அவள் தலையை வெளியே சாய்த்து, சிறிது நேரம் அந்தச் சத்தத்தைக் கேட்டாள். பிறகு தன் தாயை உணர்ச்சி துடிப்புடன் அழைத்தாள். ஆனால், அவள் அம்மா ஏற்கெனவே வாசலில் விளக்குடன் இருந்தாள். அவள் உள்ளே நுழைந்ததும் முனகல்கள் நின்றுவிட்டன.

"அம்மா" ஃப்ளோரா கத்தினாள்."அது ஜென்னி இல்லை. அங்கே யாரோ இருக்கிறார்கள், அந்தக் காப்பக நுழைவாயில் பக்கம் இருக்கும் விளக்கை அணைத்துவிட்டு, இங்கே திரும்பி வந்து கேளுங்கள்.

திருமதி டன் விளக்கை அணைத்துவிட்டு, திரும்பி வந்து கதவை மூடினாள். முதலில் சில நிமிடங்கள் எந்தச் சத்தமும் இல்லை, ஆனால் சில நிமிடங்களிலேயே அழுகை மீண்டும் தொடங்கியது.

"நான் அங்கு செல்கிறேன்" என்று திருமதி டன் கூறினார். " நானே ஆடை அணிந்து கொண்டு அங்கு செல்லப் போகிறேன். இந்த விவகாரத்தை இப்போதே சல்லடை போட்டுச் சலிக்கப் போகிறேன்."

"நானும் வருகிறேன்" என்றாள் ஃப்ளோரா.

இருவரும் காப்பகத்தின் வீட்டு முற்றத்துக்குள் அவர்கள் அனுமதியின்றி நுழையும்போது மணி ஒன்பதரைதான் ஆகியிருந்தது. மேற்பார்வையாளரின் குடும்பத்தினர் உட்காருவதற்குப் பயன்படுத்திய தரைத்தளத்தில் உள்ள அறையில் விளக்கு அணையவில்லை. அவர்கள் உள்ளே நுழைந்தபோது, மேற்பார்வையாளர் நாற்காலியில் தூங்கிக் கொண்டிருந்தார். அவருடைய மனைவி மேஜையில் தைத்துக்கொண்டிருந்தார். இளஞ்சிவப்பு பருத்தி உடையில் ஒரு வயதான பெண்மணி, எதுவும் செய்யாமல் அமர்ந்திருந்தார். அவர்கள் அனைவரும் அனுமதியின்றி நுழைந்த இருவரையும் வெறித்துப் பார்த்தனர்.

திருமதி டன், "குட் ஈவினிங்" என்று அமைதியாகப் பேச முயன்றார். "நாங்கள் உள்ளே வரலாம் என நினைக்கிறோம் என ஒருவிதமாகப் பேச்சைத் தொடங்கினார்கள். ஓ, இப்போது நன்றாகவே கேட்கிறது! அது என்ன, மிஸ் கிரெக்?"

உண்மையில் அந்த நேரத்தில், அழுகை சத்தமாகவும், மேலும் தெளிவாகவும் கேட்டது.

''ஏன், அது நான்சிதான்'' என்று திருமதி கிரெக் ஆச்சரியத்துடன் கண்ணியமாகப் பதிலளித்தார். அவள் திறமையான அதே நேரத்தில் அதிகம் அலட்டிக்கொள்ளாத அமைதியானவளாக இருந்தாள்.

''சில நிமிடங்களுக்கு முன்பு அழுகையை நிறுத்தப் போகிறாயா, இல்லையா என அவளைக் கேட்டேன்."

அவள் தொடர்ந்தாள், "இப்போது அவள் நிறுத்தவில்லையா என்று பார்க்க நான் அங்கு சென்று கொண்டிருக்கிறேன்" என்றாள்.

மிஸ்டர் கிரெக், கொஞ்சம் கனத்த உடல்வாகுடைய வலியும் வேதனையும் நிரம்பிய வயதான மனிதர். அவன் முகம் முழுவதும் சவரம் செய்யப்படாத முடிகள் பரவியிருக்க,

முட்டாள்தனமாக வெறித்துப் பார்த்தபடி அமர்ந்திருந்தான். இளஞ்சிவப்புகாலிகோ அணிந்த வயதான பெண்மணி அவர்கள் அனைவரையும் சலனமற்ற சிரிப்புடன் ஆராய்வது போல பார்த்துக்கொண்டிருந்தாள்.

திருமதி டன், மிஸ் கிரெக்கைப் பார்த்து, "நான்சி" என மீண்டும் கூறினார். அவர் கிரெக்கை அதிகம் விரும்பவில்லை. மேலும் அவர்கள் அண்டை வீட்டாராக இருந்தாலும் இருவரும் அந்தளவு நட்பு பாராட்டவில்லை.

உண்மையில் திருமதி கிரெக் அடுத்தவர்களுடன் நேசமாகப் பழகும் இயல்புடையவர் அல்ல. போலவே, அவரது சொந்த வேலைகள் தவிர வேறு எதனுடனும் தன்னை அதிகம் தொடர்ப்புபடுத்திக் கொள்ள மாட்டார்.

"ஆம், நான்சி ரென்" என்று அவள் ஆச்சரியத்துடன் சொன்னாள்.

"ஒவ்வொரு இரவும் அவள் இவ்வாறு அழுகிறாள். அவளுக்குப் பத்து வயது. ஆனால் அவள் ஒரு குழந்தையைப் போல இருட்டைக் கண்டு பயப்படுகிறாள். அவள் ஒரு வினோதமான குழந்தை. அவள் பதற்றமாக இருக்கிறாள் என்று நினைக்கிறேன். எனக்குச் சரியாகத் தெரியவில்லை, ஆனால் அவள் மனதில் ஏகப்பட்ட குழப்பங்கள் உள்ளன. கல்லறையில் அதிகம் தங்கியிருக்கிறாள். அவளுக்குக் கிடைக்கும் ஒவ்வொரு சின்ன சந்தர்ப்பத்திலும் அவள் அங்கு ஓடிவிடுகிறாள். அவள் ஜேன் உடன் விளையாடுவதைப் பற்றி ஒரு கிறுக்குத்தனமான எண்ணம் வைத்திருக்கிறாள். அவள் வெள்ளை உடை அணிந்து ஒரு மாலை அணிந்திருப்பதாகச் சொல்வாள். கல்லறையில் கறுப்பர்கள் புதைக்கப்பட்ட இடத்தில் இருக்கும் ஜேன்னைப் பற்றி அவள் சொல்கிறாள் என்று நான் கண்டுபிடித்தேன். இங்கே குழந்தைகள் யாரும் இல்லை என்று எனக்குத் தெரியும். எனவே நான் அது யார் எனப் பார்க்க நினைத்தேன். பழைய கல்லறைக் கற்களில், 'எங்கள் தந்தை', 'எங்கள் தாய்' என்று எழுதப்பட்டிருப்பது உங்களுக்குத் தெரியும். அங்கே அவள், அவர்களை அப்பா

என்று அழைக்கிறாள். அவர்கள் அங்கே இருக்கிறார்கள் என்று நீங்கள் நினைக்கிறீர்களா?. நான் இந்தக் குழந்தைக்காகப் பொறுமையாக இருக்கிறேன். அத்தகைய நபர்களைப் பற்றி எனக்கு எதுவும் தெரியாது. அழுகை தொடர்ந்தது. "நான் அங்கே போய் பார்க்கிறேன்" என்று திருமதி க்ரெக் உறுதியுடன் விளக்கை எடுத்துக் கொண்டாள்.

திருமதி டன்னும் ஃப்ளோராவும் பின்தொடர்ந்தனர். அவள் அழைத்துச் சென்ற அறைக்குள் அவர்கள் நுழைந்தபோது, சிறுமி நான்சி படுக்கையில் அமர்ந்திருப்பதைக் கண்டார்கள். அவள் முகம் வெளுத்து வலிப்பு வந்தது போல உதறிக்கொண்டு இருந்தது. அவளின் நீலக் கண்களில் இருந்து கண்ணீர் பெருக்கெடுத்து ஓடியது. அவளின் சின்ன இளஞ்சிவப்பு வாய் நடுங்கியது.

"நான்சி" - திருமதி கிரெக் ஒரு கனமான தொனியில் அழைத்தார். ஆனால் திருமதி டன் முன்னோக்கிச் சென்று குழந்தையைச் தனது கைகளால் அணைத்துக்கொண்டார்.

"நீ பயந்து இருக்கிறாய், இல்லையா?" எனக் கிசுகிசுத்தாள். நான்சி அவளுடன் உயிரைப் போல ஒட்டிக்கொண்டாள்.

இவ்வளவு நாட்களாக துக்கத்தில் மூழ்கிக் கிடந்த பெண்ணின் இதயத்தில் மென்மையின் மகிழ்ச்சியான ஒரு பெரிய அலை எழுந்தது. எல்லாவற்றிற்கும் மேலாக, அது அவளுடைய அன்பான இறந்த குட்டி ஜென்னி தனியாகப் பயத்துடன் அலையும் ஆவி அல்ல; அவள் அமைதியானவளாகவும், ஆசீர்வதிக்கப்பட்டவளாகவும், அவளுடைய எல்லா ஆரவாரங்கள் பயங்கரங்களுக்கு அப்பால் நிம்மதியாகத்தான் இருக்கிறாள். ஆனால் அது இந்தச் சின்ன உயிருள்ள பெண். அவள் இப்போது எல்லாவற்றையும் தெளிவாகப் பார்த்தாள். அதன்பிறகு, அவளுக்கு ஒன்று தோன்றியது. ஒரு நரம்பு தளர்ந்த சின்ன பெண்ணின் துயரத்தை, துக்கத்தில் மூழ்கியிருந்த தான் உணராமல் தனது தேவையற்ற கற்பனை மூலம் கதை உருவாக்கியிருப்பது புரிந்தது.

நான்சியை இறுக்கி அணைத்து சமாதானப்படுத்தினாள். ஏறக்குறைய அவள் தன் சொந்த மகள் ஜென்னியைப் பிடித்துக் கொண்டது போல் உணர்ந்தாள். "நீங்கள் கவலைப்படாவிட்டால் நான் அவளை என்னுடன் வீட்டிற்கு அழைத்துச் செல்லலாம் என்று நினைக்கிறேன்" என்று அவர் திருமதி கிரெக்கிடம் கூறினார்.

"எனக்கு என்ன ஆட்சேபணை இருக்கப் போகிறது? நீங்கள் விரும்பினால், தாராளமாக அழைத்துச் செல்லலாம்" என்று திருமதி கிரெக் நிம்மதியுடன் பதிலளித்தார். மேலும், "நான்சி ரென் அவளுக்காக நான் செய்ய முடிந்த அனைத்தையும் செய்துள்ளேன்" என்று கூறினார். திருமதி டன் குழந்தையைப் போர்த்த, அனைவரும் படிக்கட்டுகளின் வழியாக இறங்கி வந்தனர். "நான் அவளை அதிகம் அரவணைக்கவில்லை, ஏனென்றால் அது என் இயல்பு இல்லை. நான் என் சொந்த குழந்தைகளைக்கூட அப்படி ஒருபோதும் அணைத்துக் கொண்டதில்லை."

திருமதி டன் சுருக்கமான மன்னிப்புடன், "ஓ, உங்களால் முடிந்த அனைத்தையும் செய்துவிட்டீர்கள் என்று எனக்குத் தெரியும்" என்று கூறினார். "இன்று இரவு அவளை வீட்டிற்கு அழைத்துச் செல்ல நினைத்தேன்" அவ்வளவுதான். மிஸ் கிரெக், நான் உங்களைக் குறை கூறுகிறேன் என்று நினைக்காதீர்கள். அவள் குனிந்து தனது தோளில் இருந்த கண்ணீர் வழியும் அந்தச் சின்ன முகத்தில் முத்தமிட்டாள். நான்சியை ஒரு குழந்தையைப் போல சுமந்து கொண்டிருந்தாள். ஃப்ளோரா அவளின் சிறிய தொங்கும் கைகளில் ஒன்றைப் பிடித்திருந்தாள்.

திருமதி டன் அவர்கள் வீட்டு முற்றத்தைக் கடந்து செல்லும் போது குழந்தையின் காதில், "நீ மாடிக்குச் சென்று ஃப்ளோராவுடன் நிம்மதியாகத் தூங்கலாம்" என்று கிசுகிசுத்தார். "இரவு முழுவதும் விளக்கு எரியலாம், நீ போவதற்கு முன் நான் உனக்கு ஒரு கேக் தருகிறேன்" என்றாள்.

ஒவ்வொரு ஞாயிறு மதியம் ஜென்னியின் கல்லறைக்கு

மலர்களை எடுத்துச் சென்று கல்லறைக்குச் செல்வது டன்ஸ் குடும்பத்தின் வழக்கம். அடுத்து வந்த ஞாயிற்றுக்கிழமை சிறுமி நான்சி அவர்களுடன் சென்றாள். அவள் மகிழ்ச்சியுடன் அவர்களைப் பின்தொடர்ந்தாள். கறுப்பர்கள் கல்லறை பற்றி நினைக்கவில்லை. அந்தப் பயங்கரமான கற்பனையானது, (கற்பனையாக இருந்தால்), அவளுடைய வெறுமையான குழந்தைத்தனமான உலகத்தைப் பேய் உலகத்துடன் இணைத்துக்கொண்டது. அந்தக் கற்பனை வெள்ளை அங்கியும், மாலையும் அணிந்த ஒரு தேவதை விளையாட்டுத் தோழனை அவளின் வெற்று உலகுக்கு அழைத்து வந்தது. இப்போது அது ஓய்வில் இருக்கக்கூடும். அந்த உருவத்துக்கு இதற்கு மேல் தேவை இருக்காது. கல்லறையில் அன்பைத் தேடிய அவள், உயிருள்ள மென்மையான இதயங்கள் உலவும் கூட்டில் தன் இடத்தைக் கண்டுபிடித்துவிட்டாள். மனிதர்கள் இயற்கையாக ஏங்குவது அன்பிற்குதான். அந்த அன்பு அவளுக்கு இப்போது கிடைத்துவிட்டது.

ஒரு விசித்திரமான ஆடை

"ஜூலை நான்காம் தேதி நடக்க இருக்கும் பிக்னிக்கிற்குச் செல்வது குறித்து நான் கவலைப்படவில்லை, எலிசபெத்."

"இதற்கு மேல் இதைப் பற்றி நான் எதுவும் சொல்ல மாட்டேன் எமிலி. உன்னிடத்தில் நான் இருந்தால் தயாராகிச் செல்வேன்."

"உண்மையில் எனக்குச் செல்ல முடியவில்லை, எலிசபெத்."

"ஏன் உன்னால் முடியவில்லை என்பதை அறிய விரும்புகிறேன்."

"பட்டாசு வெடிச்சத்தமும் அந்தக் கொம்பு வாத்திய இசையும் கூச்சலும் என்னைப் பைத்தியமாக்கிவிடுமோ என எனக்குத் தோன்றுகிறது. மேலும் மாடில்டா ஜென்னிங்ஸ் அங்கு ஒரு பீரங்கியைக் கொண்டு வந்து ஒவ்வோர் அரை மணி நேரத்திற்கும் ஒருமுறை அதைச் சுடப் போவதாகக் கூறுகிறாள். என்னால் அதைத் தாங்க முடியுமா எனத் தெரியவில்லை, என் நரம்புகள் அந்தளவு வலுவாக இல்லை என்பது உனக்கு தெரியும்தானே எலிசபெத்."

எலிசபெத் பாப்காக் தனது நீண்ட, மென்மையான மூக்கை அதன் வெளிப்படையான நாசியால் உயர்த்தி, மூக்கை உறிஞ்சினாள். சகோதரியின் போலித்தனமான இந்தச் செயல்பாடு அவளுக்கு வெளிப்படையாக ஏற்றுக்கொள்ள முடியாததாக இருந்தது. எமிலி, "உன்னிடத்தில் நான் இருந்தால் இப்படிக் கூற மாட்டேன், நிச்சயமாக நீ போகிறாய். இது உன் முறை, அது உனக்குத் தெரியும். நான் கடந்த சப்பாத் *(Sabbath)* மீட்டிங்குக்குச் சென்றிருந்தேன். நீ

பெரிய கீரீடமான ஒரு பிரெஞ்சு அணங்கின் உடையலங்காரம் | விக்டோரிய வைசராய் காலத்தைச்சேர்ந்தது

அந்த ஆடையை அணிந்துகொண்டு கிளம்பு."

எமிலி தன் சகோதரியைப் பார்த்தாள். அவள் தன் மகிழ்ச்சியை வெளிக்காட்டாமல் இருக்க முயற்சித்தாள். "நீ கடைசியாக மீட்டிங்குக்குச் சென்றாய் என்று எனக்குத் தெரியும்" அவள் தயக்கத்துடன் சொன்னாள். "ஆனால், ஜூலை நான்காம் தேதி பிக்னிக் கொஞ்சம் அரிதானது." அவள் வார்த்தைகளில் லேசான சந்தோஷம் துள்ளிக் குதித்தது, அவளுடைய சகோதரி இதை எதிர்பார்த்தது போல சட்டென எதிர்கொண்டாள்.

"அபூர்வமா? சரி, ஜூலை நான்காம் பிக்னிக் எனக்கு அவ்வளவு பெரிய மகிழ்வான ஒன்றாக இருக்காது, அதற்குச் செல்வதைவிட மீட்டிங்குக்குச் செல்வதையே விரும்புகிறேன். எமிலி பாப்காக்,"நீ இப்படிப் பேசுவதற்காக வெட்கப்படுவாய் என நினைக்கிறேன்."

எமிலி, ஒரு கணம் முன் தன் சகோதரியைப் போல் நுட்பமாக விழிப்புடனும், பதற்றத்துடனும் இருந்த அவள் தனது கறுப்பு மஸ்லினில் தளர்ந்து சுருங்கினாள். பின், "அது எப்படி ஒலித்தது என்று எனக்கு நினைவில்லை, எலிசபெத்" என்றாள்.

"சரி, நீ நன்றாக யோசிப்பாய் என எனக்குத் தெரியும். ஆனால், உன் வயதுக்குரிய பெண்ணாக இன்னும் மாறவில்லை, மாற என்ன மெனக்கெடுகிறாய் என்றும் தெரியவில்லை. இப்போது நீ போய் அந்த ஆடையை வெளியே எடுத்து, வெல்வெட் பகுதியைக் கிழித்துவிட்டு, சரிகை லேஸ் வைத்து தைப்பது நல்லது. அதிக நேரமில்லை. அவர்கள் அதிகாலையிலேயே கொண்டாட்டத்தைத் தொடங்கிவிடுவார்கள். நான் தேநீர் தயாரிக்கும்போதே, அங்கு நீ எடுத்துச் செல்ல ஒரு கேக்கும் தயார் செய்து விடுகிறேன்.

எமிலி சற்றே நடுங்கினாலும் துணிந்து, "நான் கேக் இல்லாமல் சென்று வர முடியாதா?" எனக் கேட்டாள்.

"நீ அப்படிப் போக வேண்டிய அவசியம் இல்லை என்று நினைக்கிறேன். மற்றவர்கள் உண்பதை நீ சும்மா வேடிக்கை பார்க்கத் தேவையில்லை, அதை நான் அனுமதிக்க மாட்டேன்.'

"நான் எதுவும் சாப்பிட விரும்பவில்லை."

"நீ அங்கு சென்றால், நீயும் மற்றவர்களைப் போல் செல்ல வேண்டும் என்று நினைக்கிறேன். எனக்குத் தெரிந்து மாடில்டா ஜென்னிங்ஸ், ஜெபிப்பதைப் பார்க்க, அவர் சொல்லப் போகும் விஷயங்களைக் காது கொடுத்து கேட்பதற்காக என அங்கு செல்லப் போவதில்லை. நேரமாகிறது நீ அந்த ஆடையை வெளியே எடுப்பது நல்லது."

எமிலி நீண்ட பெருமூச்சுடனும் அதே நேரம் திருப்தியுடனும் "சரி" என்றாள். அவள் தன்னை அங்கும் இங்கும் அலைக்கழிக்காமல், தனது உயரத்தைக் கம்பீரமாக எடுத்துக்காட்டும் விதமாக எழுந்து நின்றாள். சகோதரிகள் ஏறக்குறைய ஒரே உயரத்தில் இருந்தாலும் எலிசபெத் தன்னை உயரமானவளாகக் காட்டிக்கொள்வதில் முனைப்பு காட்டுவாள். அவள் வயதில் மூத்தவளாக இருந்தாலும், தன் உடலின் ஒவ்வோர் அங்குலத்தையும் உறுதியாகவும் இறுக்கமாகவும் வைத்திருப்பதாகத் தோன்றுகிற அளவுக்குத் தன்னை வெளிப்படுத்த முடிவு செய்திருந்தாள்.

எமிலி திரும்பி வரும்போது, "ஒரு நிமிஷம் அந்த டிரஸ்ஸைப் பார்ப்போம்" என்றாள். தன் கண்ணாடியைத் துடைத்து, அதனை உறுதியாகப் பொருத்தி, ஆடையின் ஓரத்தைக் கண்களுக்கு அருகில் வைத்துப் பார்க்க ஆரம்பித்தாள். "நீ அனைத்தையும் அழகாக இணைத்திருக்கிறாய்" எனப் பாரட்டினாள். "நீ சரியாகச் செய்து முடிக்கவில்லை என்று நினைத்தேன். ஒரு நாள் ஓரங்களில் சில முடிச்சுகள் தொங்குவதைப் பார்த்தேன் என்று நினைக்கிறேன். நிமிர்ந்து நிற்காததுதான் அதற்குக் காரணம். நீ வளைந்து நிற்காமல் நிமிர்ந்து நின்றால் அதற்கும் அவசியம் இருக்காது. என்னைவிட உனக்குத்தான் அதிகம் தேவைப்படும். எனக்கு அது தேவையுமில்லை."

எமிலி தன் சகோதரி ஆடையின் மீது சோர்வுடன் ஊசலாடினாள். "என் முதுகு மிகவும் வலுவாக இல்லை, என் வயிற்றில் பலவீனம் இருப்பது உனக்குத் தெரியும்தானே, அது உன்னைப் போல நிமிர்ந்து நிற்பதைத் தடுக்கிறது."

அவள் மீண்டும், பலவீனமான தற்காப்பு வாதத்துக்காகத் தன்னைத் திரட்டிக் கொண்டாள்.

"நீ மனது வைத்தால் என்னால் எப்படி முடிகிறதோ, அவ்வளவு நன்றாக நீயும் எழுந்து நிற்க முடியும்."

எலிசபெத், "நீ என்னிடம் அந்த உடையைத் தந்தால், நான் இப்போதே அந்த வெல்வெட்டைக் கிழித்து விடுகிறேன்" என்றாள்.

எலிசபெத் ஆடையைக் கவனமாக அவளிடம் கொடுத்தபடி, "அதை உன் விருப்பத்துக்குத் தகுந்தாற்போல கிழித்துவிட்டுத் தைப்பதைக் குறைக்க வேண்டாம்" என்றாள்.

எமிலி அமர்ந்தாள். ஆடை பளபளப்பான கறுப்பு அலை போல அவள் மடியில் கிடந்தது. அந்தக் கறுப்பு பட்டு மிக மென்மையாகவும் அதே நேரம் கனமாகவும் இருந்தது இப்போதும் அதில் கணிசமான அளவு உடுத்திய அடையாளம் தெரிந்தது. அந்த உடையின் இடுப்பு மற்றும் மேல் பகுதி கறுப்பு வெல்வெட் ரிப்பன் மூலம் ட்ரிம் செய்யப்பட்டு இருந்தது. எமிலி அந்த வெல்வெட் பகுதியைக் கிழித்தாள்; பின்னர் அவள் நேராக முனைகள் கொண்ட கறுப்புச் சரிகைத் துணியின் மீது, பழைய பாணியிலான சின்ன சின்ன செடி கிளைகளைச் சிறிய எம்ப்ராய்டரி மூலம் அந்த இடத்தின் மீது வைத்து தைத்தாள். சகோதரிகள் தங்கள் வீட்டின் முன் கதவின் வலதுபுறத்தில் தங்கள் வரவேற்பறையில் அமர்ந்திருந்தனர். அந்த அறை மிகவும் சூடாக இருந்தது. ஏனென்றால், அந்த அறையில்இரண்டு மேற்கு பார்த்த ஜன்னல்கள் இருந்தன. அதனால் சூடான பிற்பகல் சூரியக்கதிர்கள் அவர்கள் மீது பட்டுக்கொண்டிருந்தன. வீட்டின் முன் ஒரு பொதுமுற்றம் இருந்தது. அது ஒரு சீரற்ற செங்கல் தளம் என்றாலும் மேற்கு பகுதி முழுவதும் அடர்த்தியான இளஞ்சிவப்பு லைலாக் மலர்

செடிகள் வளர்ந்திருந்தன. சகோதரிகள் அங்கே வசதியாக உட்கார்ந்து வேலை செய்யலாம். ஆனால், அவர்கள் அவ்வாறு செய்ய மாட்டார்கள்.

"அனைத்து அண்டை வீட்டாரின் பார்வையும் அவர்கள் முகத்திலும் கண்களிலும் சரியாக விழும்!"

ஆலோசனைகள் கூறப்பட்டிருந்தால் அவர்கள் திகைப்படைந்திருப்பார்கள். அவர்களின் அக்கம்பக்கத்தவர்களுக்கு அந்த வயதான பெண்களின் மீதும், அவர்களின் அனைத்து உடமைகள் மீதும், அதனை அவமதிக்கும் புத்தி குறிப்பிடத்தக்க அளவில் இருந்தது. அவர்கள் அந்த வீட்டிற்குள் நுழைந்தவுடன் அல்லது உண்மையில் அதைப் பார்த்தவுடன் ஒருவரால் உணர்ந்து கொள்ள முடியும். ஜன்னல்களில் தலைகள் தெரியாது; அவை பொதுவாகத் திரையால் மூடப்பட்டிருக்கும். எப்போதாவது ஒரு வழிப்போக்கன் சால்வை மற்றும் சூரியக் கதிர்களில் இருந்து பாதுகாத்துக் கொள்ளும் வகையில் கழுத்து முகம் மறைக்கும் வகையில் ஆடை அணிந்து, முற்றத்தில் பயமுறுத்தும் ஆவி போல் ஓர் உருவம் தோன்றி, முன் கதவிடுக்கு வழியாக மெதுவாக மறைவதைப் பார்ப்பதுண்டு. வீட்டின் முன் முற்றத்தில் எமிலிக்கு ஒரு சிறிய மலர் தோட்டம் இருந்தது - பால்சம் (தைல செடி), நாஸ்டர்டியம் (ஒரு வகை மருத்துவத்துக்குப் பயன்படும் மலர்ச் செடி) மற்றும் கோழிக்கீரை (போர்ட்லகாஸ்) ஆகியவை அங்கு இருந்தன. அவள் சாலையை நோக்கிப் பார்ப்பது போல அவற்றை வளர்த்தாள். எலிசபெத் அதிகாலையில் பொதுமுற்றத்தின் செங்கல் தரையைத் துடைப்பதற்காக வெளியே வருவாள். யாரேனும் தோன்றினால் உள்ளே பறந்து செல்ல ஏதுவாக முன் கதவும் திறக்கப்பட்டு இருக்கும்.

இந்த அதிகப்படியான கூச்சமும் ரகசியமும் கிட்டத்தட்ட அவர்கள் குற்ற உணர்வைச் சுமந்து ஒளிந்து கொள்பவர்கள் போன்ற தோற்றத்தைக் கொண்டிருந்தது. ஆனால் இந்த இரண்டு வயதான பெண்களைக் காட்டிலும் கபடமற்ற நேர்மையான நபர்களைக் கற்பனைகூடச் செய்திருக்க முடியாது. அவர்கள்

தங்கள் வரவேற்பறை ஜன்னல்கள் மீது முழுவதுமாக, மெதுவாக விழும், பழைய மஸ்லின் திரைச்சீலைகளைப் பொருத்தியிருந்தனர். மேலும் அவர்கள் கண்ணாடியின் சிறிய இடத்தைக் கூட வெறுமையாக விட்டுவிடாமல் மீண்டும் சுழற்றி வைத்திருந்தனர். வரவேற்பறை நாற்காலிகள் சுவர்களுக்கு அருகில் பாதுகாப்பாக வைக்கப்பட்டிருந்தன. வரவேற்பறை டேபிளின் பளபளப்பு ஒரு மங்கலான ஒளியை அதன் மேலே ஒளிரச் செய்தது. பார்வைக்கு மிகக் குறைவான அலங்காரப் பொருட்களே இருந்தன. சுவர்களில் அலமாரிகள் மற்றும் சிறிய கப்போர்டுகள் நிரம்பியிருந்தன. அதில் பல அதிகம் அன்றாட உபயோகத்தில் இல்லாத ஆடம்பரப் பொருட்கள் தூசி மற்றும் பிறரின் துருவியறியும் கண்களிலிருந்து அவற்றைப் பாதுகாக்க அடைத்து வைக்கப்பட்டிருந்தன. வீட்டில் ஒரு கதவும் திறந்திருக்கவில்லை. ஒவ்வொரு பீரோ டிராயரும் நேர்த்தியாக மூடப்பட்டிருந்தது. அந்த மொத்த குடும்பத்தில் கடந்த காலத்தில் நடந்த மோசமான அல்லது சங்கடமான ஏதோ ஒன்று ரகசியமாக, இந்தப் பாதுகாக்கப்பட்ட இடைவெளிகளில் மறைந்திருக்கலாம்; அப்படி மறைக்க வேண்டிய ரகசியங்கள் பெரிதாக ஒன்றும் இல்லை. ஒருவேளை ஏதேனும் சின்ன ரகசியங்கள் இருக்கலாம் அல்லது அவை அந்த இரண்டு வயதான பெண்களின் பெருமையும் நுட்பமான உணர்திறனுமாக இருக்கலாம்.

பாப்காக் சகோதரிகள் தங்கள் உணவின் தனியுரிமையைவிடப் பொறாமையுடன் எதையும் காக்கவில்லை. இதற்கு ஒரு தீர்க்கமான காரணம் இருப்பதாக அக்கம்பக்கத்தினர் கருதினர். "பாப்காக் பெண்கள் சாப்பிடுவதற்கு மிகக் குறைவாகவே இருக்கிறது, அதனால் எல்லோரும் அதைப் பார்க்க அனுமதிக்க அவர்கள் வெட்கப்படுகிறார்கள்" என்று மக்கள் பேசிக்கொண்டார்கள். வயதான பெண்கள் தங்கள் உணவு விஷயத்தில் அடுத்தவர்கள் தலையிடுவதை அவமானமாகக் கருதுகிறார்கள் என்பது உறுதியானது. ஆனால், குறைந்த அளவு ரொட்டியும் வெண்ணெயும் சாஸுமாக இல்லாமல் அந்தப் பருவக்காலத்திற்கான அனைத்து ஆடம்பரங்களுடன்

தங்கள் மேசையை அமைத்திருந்ததால் அவர்கள் சாப்பிடாமல் இருந்திருப்பார்களா என்கிற சந்தேகம் இருந்தது. தேநீருக்கான சாஸ் வைத்துக்கொள்வது என்பது கிராமப் பெண்களால் மிகவும் ஏழ்மையான வாழ்க்கையாகக் கருதப்படவில்லை.

அன்று இரவுக்காக பாப்காக் சகோதரிகள் உடையில் சரிகை தைத்தவுடன் மிக விரைவில் தேநீர் அருந்தினர். அவர்கள் எப்போதும் சீக்கிரம் தேநீர் அருந்துவார்கள். முன் கதவு திறந்தபோது அவர்கள் வீட்டின் நடுவில் இருந்தனர். ஹாலில் இருந்து ஒரு குரல் கேட்டது.

சகோதரிகள் ஒருவரை இன்னொருவர் அதிர்ச்சி கலந்த திகைப்புடன் பார்த்துக்கொண்டனர். பின் இருவரும் எழுந்தனர். ஆனால் கதவு திறந்தது. அவர்களின் சிறிய சதுர டீ-டேபிள், அதன் பச்சை மற்றும் வெள்ளை பீங்கான் கெட்டிலில் தேநீர், அதனுடன் ரொட்டித் தட்டு மற்றும் சிறிய கண்ணாடிப் பாத்திரத்தின் வெண்ணெய், அதனுடன் இரண்டு சீனக் கோப்பைகள் மற்றும் மெல்லிய வெள்ளி டீஸ்பூன்கள் வந்தவர் பார்வைக்குத் தெரிந்தன.

"என் தங்கங்களே" கொஞ்சம் முன்னோக்கி கலகலப்புடன் வந்தவள் மெல்ல க்ரீச்சிட்டாள். "நீங்கள் என்னை எதிர்பார்த்திருக்கமாட்டீர்கள் என்று நினைக்கிறேன்! நீங்கள் இரவு உணவு சாப்பிடுகிறீர்கள் என்று எனக்குத் தெரியாது, அறிந்திருந்தால் நான் இந்த உலகத்திற்கு வந்திருக்க மாட்டேன். நான் இப்போது வெளியே செல்கிறேன்; எப்படியிருந்தாலும் வேண்டும் என்று வரவில்லை" என அவளின் வாய் கூறிக்கொண்டிருந்தாலும், அவளுடைய கூர்மையான பார்வை தேநீர் மேசையில் இருந்தது. அவள் ரொட்டித் துண்டுகளை எண்ணினாள்; வெண்ணெயை அளந்தாள்; பேசிக்கொண்டே இருந்தாள். சகோதரிகள் கண்ணியத்துடன் எழுந்துமுன்னே வந்தனர்.

"வாங்க அந்த அறைக்குப் போகலாம்" என்றாள் எலிசபெத். வந்தவளுக்குப் போக மனமில்லாமல், அவர்களை முன்னே விட்டு தேநீர்-மேசை மீது கண்களைப் படரவிட்டவாறு, பின்தொடர்ந்து சென்றாள்.

ஆனால் அவளின் கண்கள் அந்தச் சிக்கனமான மற்றும் பிரத்யேகமான மேஜையில் இருந்ததைவிட ஆவலுடன் வரவேற்பறையில் இருந்த எதையோ பார்த்தது. சகோதரிகள் திகைப்புடன் ஒருவரை இன்னொருவர் பார்த்துக் கொண்டனர். கறுப்புப் பட்டு கவுன் ஒரு நாற்காலியின் மேல் கிடந்தது. வந்தவள், அவர்களின் பக்கத்து வீட்டு மாடில்டா ஜென்னிங்ஸ், அவள் பேசிக்கொண்டே அந்த உடையை நோக்கிச் சென்றாள். "நாளைக்கு நீங்கள் பிக்னிக் வருவீர்களா இல்லையா என்று பார்க்க ஓடி வந்தேன்" என்று சொல்லிக்கொண்டிருந்தாள். பின்னர் அவள் ஆடையைப் பற்றிக் கொண்டு பேச்சைத் திசை திருப்பினாள். அப்பாவி போல எமிலியிடம், "ஓ, நீ உன் ஆடையைச் சரிசெய்துவிட்டாயா!" என உள்நோக்கத்துடன் கேட்டாள். மாடில்டா ஜென்னிங்ஸ் மீது அப்பாவி வேடம் நன்றாகப் பொருந்தவில்லை. அவளது உடல் நெளிவு சுளிவுகள் எதுவும் அதற்கு ஏற்றதாக இல்லை. மேலும் அவளின் பாசாங்கு மிகவும் தெளிவாக இருந்தது. அவள் குட்டையாகவும் தடிமனாகவும் இருந்தாள்; கன்னம் கடினமான, வெளிர் பழுப்பு நிறத்தில் சின்ன குழியுடன் இருந்தன. அவளின் சிறிய கறுப்புக் கண்கள் சதைப்பற்றுள்ள புருவங்களின் கீழ் பிரகாசமாக இருந்தன.

எமிலி எலிசபெத்தைப் பயந்த பார்வையுடன் பார்த்தவாறு, "ஆம், என்னிடம் உள்ளது" எனப் பதிலளித்தாள்.

"ஆமாம்" என்று எலிசபெத், இந்த விஷயத்தில் உறுதியாக அடியெடுத்து வைத்து, மாடில்டாவைக் கவனமாக, தனது உறுதியான நீலக் கண்களால் எதிர்கொண்டாள். "அவள் அதைச் சரிசெய்து கொண்டிருக்கிறாள். சரிகை கிழிந்திருக்கிறது, அதைச் சரிசெய்ய வேண்டும்."

"இது அழகான சரிகை, இல்லையா? நான் சின்ன பெண்ணாக இருந்தபோது ஒரு முறை இதே போன்ற ஒரு லேஸ் வைத்த ஸ்கார்ஃப் வைத்திருந்தேன். இப்போது இது அதைப் பற்றி என்னை நினைக்க வைக்கிறது. என்னுடைய டிசைனில் செடியின் கிளைகள் இன்னும் கொஞ்சம் நெருக்கமாக இருந்தது. கொடுங்க நான் பார்க்கிறேன். எலிசபெத், உங்கள் கறுப்புப்

பட்டு ஆடை வெல்வெட்டால் டிரிம் செய்யப்பட்டது இல்லையா?"

எலிசபெத் அவளை நிதானமாகப் பார்த்து, "ஆம்; நான் எப்போதும் கறுப்பு வெல்வெட்தான் அணிந்திருந்திருப்பேன்" என்று கூறினாள்.

எமிலி லேசாகப் பெருமூச்சு விட்டாள். அவள் விரும்பத்தக்க வகையில் எலிசபெத்தால் உண்மையாகப் பதிலளிக்க முடியாது போகுமோ என்று பயந்தாள்.

மாடில்டா, "அந்த வெல்வெட் டிசைன் உங்கள் கவுனின் இடுப்பில் எப்படிப் போடப்பட்டு இருந்தது?"

"உங்களுடைய கவுனில் பார்க்கிறேன்" எனத் தனது பேச்சைத் தொடர்ந்தாள்.

"அது மேலே வைக்கப்பட்டு இருந்தது."

"ஒரு இடத்திலா அல்லது இரண்டிலா?"

"ஒரு இடத்தில்தான்."

"இப்போது நான் அதை ஒரு நிமிடம் பார்க்க அனுமதித்தால் உங்களுக்கு மிகவும் சிரமமாக இருக்காது என நினைக்கிறேன். நான் என் பழைய கம்பளி ஆடையைக் கொஞ்சம் சரிசெய்ய நினைத்தேன். எனக்குக் கறுப்பு வெல்வெட் ரிப்பன் துண்டு கிடைத்தது. அது மிகவும் நன்றாக இருக்கிறது, நான் அதை உன்னுடையது போல் போடலாம் என்று நினைத்தேன்."

மாடில்டா ஜென்னிங்ஸ், தனது சாக்லேட் காலிகோவில் (நீளமான கவுன்), பாப்காக் சகோதரிகளுக்கு முன்பாக மரண தண்டனை நிறைவேற்றுபவரைப் போல அவர்களை நெருக்கடியில் தள்ளியவாறு நின்றாள். அவர்கள், தங்களது மெல்லிய, மென்மையான வெளிறிய கறுப்பு மஸ்லின் ஆடையில், ஒருவருக்கு இன்னொருவர் ஆதரவாகச் சாய்ந்தனர். ஆனால் எலிசபெத் உடனடியாகத் தன்னைச் சுதாரித்துக் கொண்டாள். "நேரம் வசதிப்படும்போது, கூடிய சீக்கிரம் காட்டுகிறேன்" என்றாள்.

"சரி, நீங்கள் விரும்பினால், அதற்காக நான் உங்களுக்கு மிகவும் கடமைப்பட்டிருப்பேன்" என்று மாடில்டா திரும்பினாள். அவளது நடை அற்பமாக இருந்தது. ஆனால் அவள் கண்களில் கூர்மையான பிரகாசம் இருந்தது. அவள் தனது வீட்டிற்கு விரைந்து சென்றாள். தனி ஒருத்தியாகத் தனது இரவு உணவில் கணிசமான அளவு ரொட்டி வெண்ணெயுடன், உருளைக்கிழங்கு, பன்றி இறைச்சி மற்றும் பீன்ஸ் ஆகியவற்றுடன் சாப்பிட்டாள். மாடில்டா ஜென்னிங்ஸ் பாப்காக்ஸ் சகோதரிகள் போலவே ஏழையாகத்தான் இருந்தாள். அவர்களைப் போல சிறந்த நாட்களை அறிந்ததில்லை. தன் வாழ்நாளில் நல்ல பழைய மஸ்லின்களையோ கறுப்புப் பட்டுகளையோ வைத்திருக்கவில்லை. ஆனால், அவள் எப்போதும் அதிகமாகச் சாப்பிட்டாள்.

பாப்காக் சகோதரிகள் எப்பொழுதும் நுணுக்கமாகத் தடையின்றி தங்களை அவளுக்கு மேலானவர்களாக உணர்ந்தார்கள். அவர்களின் வாழ்வில் நடைமுறைப்படுத்தியிருந்த பழக்க வழக்கங்களில், பிரபுத்துவத்தின் மங்கலான சுவை இருந்தது. அவர்களின் தந்தை கல்லூரியில் படித்து மருத்துவராக இருந்தவர். அந்தத் தாழ்மையான சமூகத்திலும், மாடில்டாவின் முன்னோர்கள் இன்னும் தாழ்மையான நிலையில் இருந்தனர். அவள் மரம் அறுப்பவர்கள் தோட்டத்தில் வேலை செய்பவர்கள் வழிவந்தவள். அவர்களின் இளமைப் பருவத்தில், பள்ளிக்குச் சென்று ஒன்றாக விளையாடியபோது, அவர்கள் எப்போதும் மாடில்டாவைவிடத் தாங்கள் அந்தஸ்தில் உயர்ந்தவர்கள் என்பதை உணர்ந்தார்கள். மேலும், அந்த உணர்வை இந்த முதிய வயதிலும், வறுமையிலும் ஒரு குறிப்பிட்ட அளவு நட்பு பாராட்டினாலும் கூட மனதில் இருந்து அகற்ற முடியவில்லை.

பாப்காக் சகோதரிகளுக்குச் சொந்த வீடும் வங்கியில் ஒரு சிறிய தொகையும் இருந்தது. அதில் வரும் வட்டியின் அடிப்படையில் வாழ்ந்து வந்தனர். அது எவ்வளவு என்று யாருக்கும் தெரியாது, அவர்கள் வாழும் போது யாருக்கும்

தெரியாது. அவர்கள் தங்கள் வீட்டை விற்றிருந்தால் அல்லது அடமானம் வைத்திருந்தால் அவர்கள் இன்னும் அதிகமாக பெற்றிருக்கலாம். ஆனால் அவர்கள் முதலில் இறந்திருப்பார்கள். குறைந்த வருமானத்தில் அவர்கள் பட்டினி கிடந்தனர். அவர்கள் தங்கள் பழைய மஸ்லின் துணிகள் மற்றும் தொப்பிகளைச் சரிசெய்து, அவர்களுக்கு இடையே இருந்த ஒரே விசேஷத்திற்கான சிறந்த ஆடையை வேறு வேறு விதமாகத் தைத்து அணிந்துகொண்டு, மாறி மாறி வெளியே செல்வார்கள்.

இது சீரற்றதாகத் தோன்றினாலும் சகோதரிகள் சமூகத்தில் கலந்துரையாட மிகவும் விரும்பினர். மேலும், அவர்களின் இருப்பு எளிய கிராமப்புறப் பயணங்களில் அவர்களின் மகிழ்ச்சியில் தலையிடவில்லை. அவர்கள் உள்ளூரைவிட வெளியூரில் மிகவும் நிம்மதியாக இருந்தனர். ஒருவேளை அவர்களின் ரகசியத்தைத் திறக்கக்கூடிய பல கதவுகள் அங்கு இல்லாததால் இருக்கலாம். ஆனால் அவர்கள் விஷேச நிகழ்ச்சிகளில் கறுப்புப் பட்டுத் தவிர வேறு எதில் தோன்றினாலும், மரியாதை மற்றும் மதிப்பிற்கான அவர்களது தார்மீக உரிமைகள் என்றென்றும் இழக்கப்படும் என்கிற தன்னிச்சையான நம்பிக்கையைக் கொண்டிருந்தனர். வாழ்க்கை மரபு பற்றிய அவர்களின் கருத்துகளுக்கு, கறுப்புப் பட்டு ஆங்கிலேய நீதிமன்றத்தில் இறகுகளைப் போலவே புனிதமான தேவையாக இருந்தது. மிகவும் நைந்து, வெளுத்துப்போன அந்த மஸ்லின்களிலும், செல்லரித்த கம்பளிகளிலும் வெளியூர்களுக்குச் சென்று சுயமரியாதையை இழப்பதைக் குறித்து அவர்களால் நினைத்துப் பார்க்கக்கூட முடியவில்லை. பாப்காக் சகோதரிகள் ஒரு புதிய ஆடையை எப்போது அணிந்தனர் என்பது கிராமத்தில் உள்ள வயதானவர்களுக்கு நினைவில் இல்லை. அந்த மென்மையான பழைய துணிகளை இவ்வளவு காலம் தாக்குப்பிடிக்க அவர்கள் செய்த நேர்த்தியான கவனிப்பு அற்புதமானது. அவர்கள் நடக்கும்போது அவர்கள் பாவாடைகளை முதன்மையாக உயர்த்திப் பிடித்தார்கள். முழங்கைகளை கூரான நாற்காலிகள் மற்றும் மேசைகளில் இருந்து தெளிவாகத் தள்ளி வைத்தனர்.

குறிப்பாகக் கறுப்புப் பட்டு அணிந்தவர், வெளியே சென்று தனது சொந்த வீட்டிற்குள் நுழைந்த நிமிடத்திலேயே அது கழற்றப்பட்டு, மெதுவாக உதறி, மடித்து, ஒரு லினன் துணி மீது வைக்கப்பட்டது.

ஜூலை நான்காம் தேதி காலை மாடில்டா ஜென்னிங்ஸ் அவளை அழைத்தபோது எமிலி அதை அணிந்திருந்தாள். மாடில்டா தனது பெரிய பழைய கம்பளி உடையில், கையில் டின் லஞ்ச் பையுடன் வந்தாள். கறுப்புப் பட்டு கவுனில் இருந்த எமிலியைப் பார்த்தவுடன், அவள் முகம் மாறியது. "என் தங்கமே! நீ காட்டில் சுற்றி வரும்போது அந்தக் கறுப்பு பட்டை அணிய போவதில்லை, இல்லையா?" என்றாள்.

"அவள் அதிகம் அந்தப் பக்கம் செல்ல மாட்டாள் என்று நான் நினைக்கிறேன். அவள் கண்ணியமாக இருக்க வேண்டும்" என்று எலிசபெத் பேசினாள்.

மாடில்டாவின் பாவப்பட்ட அந்தப் பழைய கம்பளி ஆடையில் பல நூல்கள் வெற்றுக் கோடுகளாக இருந்தன, அதன் நைந்து போன மடிப்புகளில் சீர் செய்ய தையல் போடப்பட்டு, முழங்கைப் பகுதிகள் ஒட்டப்பட்டிருந்தன. அந்த உடை மரியாதைக்குரியதாக இல்லை. அவள் பாவாடையில் இணக்கமற்ற இணைப்பு கொடுத்திருந்தாள். அத்துடன் ஒட்டுப்போட்ட முழங்கைகளை அசைத்தாள். "ஆமாம், அந்தச் சந்தர்ப்பத்திற்கு ஏற்ற உடை அணிந்து செல்வதாக நான் நம்பினேன்" என்று அவள் உறுதியுடன் கூறினாள். அவளின் பெரிய அலமாரியில் இதுதான் அவளின் சிறப்புச் சுற்றுலா உடையாக இருந்தது போல. இருப்பினும், அவளது துணிச்சலானது ஆழமாக இல்லை. நாள் முழுவதும் அவள் தனது ஒட்டுப்போட்ட தையல் பகுதிகள் பிறர் கண்ணில் படாதபடி இருக்க பெரு முயற்சி செய்ய வேண்டி இருந்தது. அவள் ஒவ்வொரு முறையும் தன் நிலையை மாற்றும் போது பதற்றத்துடன் பாவாடையை அதற்கு தக்க சரி செய்தாள். முழங்கைகளை பக்கவாட்டாகப் பிடித்துக் கொண்டாள். அப்படி செய்யும்போது, எமிலியின் பட்டில் பல சுருக்கங்களை விழ செய்தாள். விழாக்கள் ஏறக்குறைய

முடிந்துவிட்டன. இரவு உணவு முடிந்தது. மாடில்டா தனது பிரவுன்-ரொட்டி, சீஸ் மற்றும் குளிர்ந்த பன்றி இறைச்சியை ருசியுடன் சாப்பிட்டு கொண்டிருந்தாள். எமிலி அவளது இனிப்பு-கேக்கை நன்றாக மென்றுகொண்டு இருக்க, தன் அண்டை வீட்டுக்காரியின் மொத்த உணவை உள்ளே கனன்ற வெறுப்புடன் பார்த்தாள்.

உள்ளூர்ப் பிரபலங்களின் உரைகள் நிகழ்த்தப்பட்டன. ஒவ்வோர் அரை மணி நேரத்திற்கும் ஒருமுறை பீரங்கி சுடப்பட்டது. மேற்கில் சூரியன் குறைவாக இருந்தது. தோப்பில் உள்ள ஃபெர்னி அடிமரங்களுக்கு இடையே ஒரு தங்க மூடுபனி எழுந்தது. "குளிர்கிறது, குளிர் கொஞ்ச கொஞ்சமாக உயர்வதைப் பார்க்க முடிகிறது, நாம் கொஞ்சம் சுற்றி நடந்துவிட்டு, பின்னர் வீட்டிற்குச் செல்வது நல்லது" என்று வாத நோயால் பாதிக்கப்பட்ட எமிலி கூறினாள்.

"சரி, நான் சீக்கிரம் கிளம்புகிறேன். நீ உன்னுடைய ஆடையை உயர்த்திப் பிடித்துக் கொள்வது நல்லது" என்று மாடில்டா பதிலளித்தாள்.

இரண்டு வயதான பெண்களும் தங்கள் கால்களை விறைப்பில் இருந்து சரிப்படுத்திக் கொண்டு, வழுக்கும் பைன் ஊசி இலைகள் மீது எச்சரிக்கையுடன் காலடி எடுத்து வைத்து, தோப்பு பகுதிக்கு வரத் தொடங்கினர்.

காடுகளில் மகிழ்ச்சியான சத்தம் நிறைந்திருந்தது; பசுமையான தூரத்தில் ஒளிக்கீற்றல்கள் பறந்தன. சிறிது நேரத்திற்கு ஒருமுறை ஒரு பட்டாசின் கூர்மையான சத்தமோ, பீரங்கியின் மோதலோ, அல்லது ஒரு மீன் கொம்பின் மனச்சோர்வு போக்கும் சத்தமோ அவர்கள் திசையில் மிதந்து வந்து கொண்டே இருந்தன. ஆங்காங்கே நீல நிறத்தில் துப்பாக்கித் தூளின் புகை, பனி நிலத்தில் இருந்து தங்க நிற நீராவி போல சுருண்டு எழுந்தது. எமிலிக்குக் கிட்டப் பார்வை இருந்தது; அவள் அப்பாவியாகத் தனது நீண்ட கழுத்தை முன்னோக்கி வளைத்து உற்று நோக்கும் கண்களுடன் நகர்ந்தாள். வழிக்காட்டுவது போல முன்னால் சென்று கொண்டிருந்த மாடில்டா, திடீரென்று ஒதுங்கினாள்.

எமிலி தன் விலைமதிப்பற்ற கறுப்புப் பட்டை உயர்த்திக் கொண்டு சந்தேகப்படாமல் நடந்தாள். சட்டென ஒரு பெரிய புகை மூட்டம், தீச்சுடர்களின் பாய்ச்சல், சத்தம் சரமாரியாக வந்தது. பாவம், எமிலி பாப்காக்கை அந்த வெளிச்சமும் சத்தமும் அதிரச் செய்ய, அவள் கால்கள் நடனமாடுவது போல தடுமாறின. அவளுடைய மென்மையான கண்ணியம் அவளை முற்றிலும் கைவிட்டது. "ஓ, ஓ, ஓ!" என அலறினாள்.

அந்த நேரத்தில் மாடில்டா ஜென்னிங்ஸ் முன்னோக்கி நகர்ந்திருந்தாள். எமிலி ஒரு சிறிய பட்டாசு சாம்பல் குவியலில் நின்று, முகம் வெளுக்க நடுங்கிக்கொண்டிருந்தாள். மாடில்டா அவளிடம், "நீ பட்டாசுகளின் குவியலுக்குள் நுழைந்து விட்டாய். ஒரு சிறுவன் ஓடிவந்தான். நான் அவனைப் பார்த்தேன். உன்னை அங்கே நிற்க வைத்தது எது? நீ ஏன் வெளியே வரவில்லை?" என்று கேட்டாள்.

"என்னால் முடியவில்லை" என்று எமிலி மூச்சுத் திணறினாள்; அவளால் பேச முடியவில்லை.

"சரி, இது அதிகத் தீங்கு செய்யவில்லை என்று நினைக்கிறேன். அந்தச் சிறுவர்கள் மீது வழக்குத் தொடர வேண்டும். ஆடை எரிக்கப்பட்டதைப் போன்ற வாசம் நீ உணரவில்லையா, எமிலி?"

"இல்லை என்று நினைக்கிறேன்."

"எனக்கு உன் ஆடையாகத் தெரிகிறது- எமிலி, இரு உன் ஆடையைப் பார்க்கிறேன். என் தங்கமே! அது ஒரு மோசமான அவமானம் அல்லவா! அடிப்பகுதியில் உள்ள அனைத்து ஓட்டைகளையும் பாருங்கள், அது எங்கே எனக் காண்பிக்கிறேன்!"

அது மிகவும் உண்மையாக இருந்தது. கறுப்புப் பட்டுக்கு அடியில் அலங்கரித்த அந்த பார்டர் மடிப்புகள் (ஃப்ளான்ஸ்) பல இடங்களில் கருகி இருந்தது. எமிலி அதைப் பார்த்து மயக்கமடைந்தாள். "ஓ, அன்பே, நான் வீட்டிற்குச் செல்ல வேண்டும்" எனப் புலம்பினாள்.

மாடில்டா ஓர் அதிருப்தி பெருமூச்சுடன், "நீ இதற்காக உண்மையிலேயே வருத்தப்பட்டால், ஒன்று சொல்கிறேன். இதனை ஒட்டுத் தையல் மூலம் சரி செய்துவிடலாம்" என்று கூறினாள்.

எமிலி எதுவும் பேசவில்லை. தனது வீட்டை நோக்கி நடந்தாள். அவளுடைய ஆடை வழியோரக் களைகளில் இருந்த தூசியை இழுத்துக்கொண்டு சென்றாலும், அதில் கவனம் செலுத்தாமல் மிக வேகமாக நடந்தாள். மாடில்டா அவளுடன் நடக்கச் சிரமப்பட்டாள். வீட்டு வாயிலை அடைந்ததும், மாடில்டாவின் முகத்திற்கு முன்னால் தனது அந்த மேல் கவுனை வேகமாகக் கழற்றிச் சுழற்றினாள். பின்னர் வீட்டிற்குள் ஓடிவிட்டாள்.

எலிசபெத் கையில் கடிதத்துடன் வரவேற்பறை வாசலில் நின்றிருந்தாள். தன் சகோதரியின் முகத்தைப் பார்த்ததும் எமிலி அலறினாள். "என்ன விஷயம், எமிலி, என்ன நடந்தது?" என அவள் கேட்டாள்.

"நீ இனி ஒருபோதும் வெளியே செல்ல முடியாது, 'எலிசபெத், உன்னால் முடியாது! உன்னால் முடியவே முடியாது!"

எமிலி பாப்காக், "நான் ஏன் வெளியே செல்ல முடியாது, நீ என்ன சொல்கிறாய்?" எனத் தெரிந்து கொள்ள விரும்புகிறேன்,

"உன்னால் முடியாது, உன்னால் இனி முடியாது. நான் தெரியாத்தனமாகப் பட்டாசு குவியலுக்குள் நுழைந்துவிட்டேன். அந்தக் கறுப்புப் பட்டு கவுனின் பார்டரில் சில பெரிய துளைகள் விழுந்துவிட்டன. பிறர் பார்க்காமல் நீ அதை அணிய முடியாது. மாடில்டா ஜென்னிங்ஸ் எல்லோரிடமும் சொல்வாள். ஓ, எலிசபெத், நீ என்ன செய்வாய்?"

"சரி, என் வாழ்க்கையில் ஒருபோதும் நான் வெளியே செல்ல முடியாதளவு அது இருக்காது என்று நம்புகிறேன். எங்கே அதைக் காட்டுப் பார்ப்போம். ம்ம், என்னால் அதைச் சரிசெய்ய முடியும்.' "செய்யலாம்" என எலிசபெத் கூறினாள்.

"இல்லை, உன்னால் முடியாது. நீ செய்தால் மாடில்டா அதைக் கண்டுபிடித்துவிடுவாள். ஓ, அன்பே! ஓ, அன்பே!" எமிலி ஒரு மூலையில் விழுந்து, மெலிதான கைகளால் தனது முகத்தை மூடிக்கொண்டு அழுதாள்.

அவள் சகோதரி, "இப்படி அழுவதை முதலில் நிறுத்து. எனக்கு ஒரு கடிதம் வந்தது, அத்தை 'எலிசபெத் இறந்துவிட்டார்" என்றாள்.

சிறிது நேரம் கழித்து எமிலி நிமிர்ந்து பார்த்தாள். "அவள் எப்போது இறந்தாள்?" தளர்வான குரலில் கேட்டாள்.

"கடந்த வாரம்."

"இறுதிச் சடங்கிற்கு நம்மை அழைத்தார்களா?"

"நிச்சயமாக அவர்கள் செய்தார்கள்; அது கடந்த வெள்ளிக்கிழமை, மதியம் இரண்டு மணியளவில். இறுதிச் சடங்குகள் முடியும் வரை கடிதம் நம்மிடம் வராது என்று அவர்களுக்குத் தெரியும்; ஆனால் நிச்சயமாக நம்மிடம் தகவல் தெரிவித்துள்ளார்கள்."

"என்ன காரணம் என்று சொன்னார்கள்?"

"வயதான காரணம் என யூகிக்கிறேன், அப்படி இருக்கத்தான் வாய்ப்பதிகம். அத்தை எலிசபெத் எண்பது வயதுக்கு மேலாக ஆரோக்கியமாகவே வாழ்ந்து விட்டார்கள்."

எமிலி அமைதியாக அவள் எதிரே அமர்ந்தாள்; அவளுடைய சகோதரி கடிதத்தின் உள்ளடக்கங்களை இன்னும் விரிவாகக் கூறும்போது அவள் கேட்டுக் கொண்டிருப்பது போல் தோன்றியது. பின் சட்டென்று குறுக்கிட்டாள். "எலிசபெத்."

"என்ன?"

"நான் ஒன்றை நினைத்துக்கொண்டிருந்தேன் - அம்மா இறந்தபோது நாம் அணிந்திருந்த அந்த க்ரீப் துணியினாலான முக்காடு பற்றி உனக்குத் தெரியுமா?"

"சரி, அதைப் பற்றி என்ன?"

"நான் அதன்பின் அதை ஏன் பார்க்கவில்லை - உன்னாலும் முடியவில்லை, அதில் பார்டர் (ஃபிளன்ஸ்) வைத்துத் தைக்கவும், முக்காடுகளை நீ அணியும்போது அதை அணியவும்; அப்போது அவளுக்குத் தெரியாது."

"நான் எதற்காக ஒரு க்ரீப் துணியில் ஃபிளன்ஸ் (பார்டர்) அணிய வேண்டும் என்பதை அறிய விரும்புகிறேன்?"

"ஏன்? அத்தை எலிசபெத் இரங்கலுக்கு."

"எமிலி பாப்காக், நீ அதைச் செய்யாதபோது நான் அதை அணிந்து துக்கத்தில் நிற்பதில் என்ன அர்த்தம் இருக்கும்?"

"நீ அவள் பெயரால்தான் அழைக்கப்படுகிறாய், இது மிகவும் வித்தியாசமான விஷயம். இப்போது இறந்த அத்தையின் பெயரால்தான் நீ அழைக்கப்பட்டாய் என்பதை எல்லாரிடமும் சொல்லலாம். மேலும் உன் சிறந்த உடையில் கொஞ்சம் க்ரீப் துணி வைத்து அணிவதால் வித்தியாசம் இல்லை என்று நீயும் உணரலாம்."

"ஒவ்வொரு முறையும் நாம் அதை அணியும்போது வித்தியாசமான பார்டர் (ஃபிளன்ஸ்) போடுவது ஒரு மோசமான வேலையாக இருக்கும்."

"நான் அதைச் செய்கிறேன்; அதைச் செய்ய நான் முற்றிலும் தயாராக இருக்கிறேன். ஓ, எலிசபெத், நீ எப்போதாவது வெளியே அந்த ஆடையை அணிந்து சென்றால் நான் இறந்துவிடுவேன்."

"கஷ்டப்பட வேண்டாம் எமிலி! நான் இரவு உணவுக்குப் பிறகு முக்காடுகளை வெளியே எடுத்து அவற்றைப் பார்க்கிறேன்."

அடுத்த ஞாயிற்றுக்கிழமை எலிசபெத், தேவாலயத்திற்கு க்ரேப் துணி பார்டரால் (ஃப்ளவுன்ஸால்) அலங்கரிக்கப்பட்ட கறுப்புப் பட்டு அணிந்திருந்தாள். மாடில்டா ஜென்னிங்ஸ் அவளுடன் வீட்டிற்குச் சென்றாள். மேலும் புதிய டிரிமிங்கைக் கூர்மையாகப் பார்த்தாள். இறுதியாக, "ஒரு புதிய பார்டர் கிடைத்துவிட்டது, இல்லையா?" என்றாள்.

"என் அத்தை எலிசபெத் டெய்லர் இறந்துவிட்டார் என்று கடந்த வாரம் கூறினேன் இல்லையா? மேலும் நான் அதற்குச் செல்லும் போது கொஞ்சம் க்ரேப் துணி போடுவது பொருத்தமானதாக இருக்கும் என்று நினைத்தேன்" என எலிசபெத் கண்ணியத்துடன் பதிலளித்தார்.

"எமிலியும் துக்கம் அனுஷ்டிக்கிறாளா?"

"எமிலிக்கு எந்த அழைப்பும் இல்லை. என்னைப் போல அத்தையின் பெயரை அவளுக்கு இடவில்லை. விபரமறிந்து அவள் அவளை ஒருமுறைகூடப் பார்த்ததில்லை. ஆனால் அவள் சிறுமியாக இருந்தபோது பார்த்திருக்கலாம். நானே அவளைப் பார்த்து, பத்து வருடங்களுக்கு மேல் ஆகிவிட்டது. நான் அவளைப் பார்த்ததிலிருந்து, அவள் மேற்கில் வசிக்கிறாள். எமிலிக்கு எந்த அழைப்பும் வரவில்லை. அதனால் க்ரேப் முக்காடு அணியும் அவசியம் இல்லை என நினைக்கிறேன்.

மாடில்டா ஒன்றும் கூறவில்லை. ஆனால், அவள் பாப்காக் சகோதரிகள் வீட்டை விட்டு வெளியேறியபோது அவள் கண்ணில் தீராத சந்தேகம் இருந்தது.

அதற்கு அடுத்த வாரம், அத்தை எலிசபெத் டெய்லரின் ஆடைகள் நிறைந்த ஒரு டிரங்கு பெட்டி மேற்கில் இருந்து வந்தது. அத்தை எலிசபெத்தின் மகள் அதனை அனுப்பியிருந்தாள். அந்த ட்ரெங்க் பெட்டியில் ஒரு வயதான பெண்மணியின் நேர்த்தியான பொருட்கள், மற்ற கவுன்களுடன் இரண்டு கறுப்புப் பட்டு கவுன்களும் இருந்தன. அத்தை எலிசபெத் தனது வயதான எண்பதுகளில் இறந்தாலும், நன்கு ஆடை அணியும் வயதான பெண்மணியாக இருந்தார். சகோதரிகளுக்கு இது பெரும் ஆச்சரியமாக இருந்தது. அவர்கள் இப்படி ஒரு விஷயத்தைக் கனவிலும் நினைத்ததில்லை. அந்தப் பொக்கிஷங்களை வெளியே எடுக்கும்போது அவர்கள் பிரமிப்புடனும் மகிழ்ச்சியுடனும் படபடத்தனர். எமிலி, எலிசபெத்தை இறுக்கி அணைத்தாள். மெல்லிய கைகள் மெல்லிய தோளைச் சுற்றி மூடியது.

"எலிசபெத்!"

"என்ன விஷயம்?"

"நாம் யாரிடமும் இதைப் பற்றி எதுவும் சொல்ல வேண்டாம். அடுத்த சப்பாத் கூட்டத்திற்கு நாம் ஒன்றாகச் செல்வோம், இந்த கறுப்புஒ பட்டு கவுன்களை அணிவோம், அதனை மாடில்டா ஜென்னிங்ஸ் பார்க்கட்டும்."

எலிசபெத், எமிலியைப் பார்த்தாள். அவளுடைய மங்கலான நீலக் கண்களில் ஒரு பிரகாசம் தெரிந்தது; மெல்லிய உதடுகளை இறுக்கினாள். "சரி, நாம் செய்வோம்" என்றாள்.

அடுத்து வந்த ஞாயிற்றுக் கிழமை, சகோதரிகள் தேவாலயத்திற்குக் கறுப்புப் பட்டுகளை அணிந்து சென்றனர். அடுத்த வாரத்தில் பெண்கள் குழுமும் தையல் கூட்டத்திலும் ஒன்றாகத் தோன்றினர். பின்னர் மீண்டும் தேவாலயத்தில். இப்போது ஆச்சரியமும் ஆர்வமும் நிச்சயமாக மாடில்டா ஜென்னிங்ஸிடம் மட்டும் இல்லை. பாப்காக் சகோதரிகள், சமூகத்தில் எங்கும் ஒன்றாகச் செல்லாமல் காட்டிய விசித்திரத்தன்மை நீண்ட காலமாக ஊரில் விரும்பிப் பேசப்படும் தலைப்பாக இருந்தது. இது குறித்துப் பெரிய அளவில் ஊகங்கள் எழுந்தன. இப்போது அவர்கள் தொடர்ந்து மூன்று முறை ஒன்றாகத் தோன்றியதால், அது குறித்து நிறைய பேசப்பட்டது.

இரண்டாவது ஞாயிற்றுக் கிழமைக்கு அடுத்த திங்கள் கிழமை, மாடில்டா ஜென்னிங்ஸ் பாப்காக் சகோதரிகள் வீட்டிற்குச் சென்றாள். அவளது அலங்கார தொப்பி ஒரு பக்கமாகச் சரிந்து இருந்தாலும், அது உறுதியாகக் கட்டப்பட்டிருந்தது. அவளின் முதிய தசைகள் தாழ்ப்பாளை இழுக்க சற்றே போராடினாலும் முன்னோக்கி இழுத்து, மெதுவாகக் கதவைத் திறந்தாள். அவள் அங்கு ஒதுக்கி வைக்கப்பட்டிருந்த நாற்காலியில், அணிந்திருந்த காலிக்கோ கவுனில் முழங்கால்களுக்கு மேல் இடத்தை வெளிப்படையாகக் காட்டியவாறு மெதுவாக அமர்ந்தாள்.

"நேற்று ஒரு இனிமையான சப்பாத் மீட்டிங்கை நாம் கொண்டாடினோம், இல்லையா?" என்றாள்.

"உண்மையில் இனிமையானது" என்று சகோதரிகள் ஒப்புக்கொண்டனர்.

"நாம் ஒரு நல்ல பிரசங்கம் கேட்டோம் என நினைக்கிறேன்."

பாப்காக் சகோதரிகள் மீண்டும் ஒப்புக்கொண்டனர்.

"இது ஒரு நல்ல சொற்பொழிவு என்று பலர் நினைக்கிறார்கள். நானும் கேள்விப்பட்டேன்" என்று மாடில்டா அதனை வலியுறுத்தினாள். பின்னர் அவள் திடீரென்று முன்னோக்கிச் சாய்ந்தாள். அவளுடைய முகத்தில், அவளது மோசமான தொப்பியின் ஆழத்திற்கு அப்பாலும், ஒரு மென் புன்னகை அரும்பியது. "உங்களை ஒன்றாகப் பார்த்ததில் நான் மிகவும் மகிழ்ச்சியடைந்தேன்," என்று அர்த்த புஷ்டியுடன் கிசுகிசுத்தாள்.

சகோதரிகள் விறைப்பாகச் சிரித்தார்கள்.

மாடில்டா ஒரு கணம் நிறுத்தினாள். ஓர் உந்துதலுக்கான வலிமையைச் சேகரிப்பது போல் அவள் தன் உடலைப் பின்னால் சாய்த்துக்கொண்டாள். பின் தனது புன்னகையை நிறுத்தினாள். "உங்களை ஒன்றாகப் பார்த்ததில் நான் மகிழ்ச்சியடைந்தேன், ஏனென்றால் எல்லோரும் பேசுவது மிகவும் மோசமாக இருந்தது என நினைத்தேன்" என்று கூறினாள்.

எலிசபெத் அவளைப் பார்த்தாள். "எந்த முறையில் பேசிக் கொண்டிருந்தார்கள்?"

"சரி, நான் உங்களிடம் சொல்வதில் எந்தத் தீங்கும் இருப்பதாக எனக்குத் தெரியவில்லை. நான் சில காலமாக இதைப் பற்றிப் பேச நினைத்துக் கொண்டிருந்தேன். சமீப காலமாக நீயும் எமிலியும் நன்றாகப் பழகவில்லை என்பது போல செய்தி வெளியே பரவி வருகிறது. அதற்கு நீங்களும் காரணம். இருவரும் ஒன்றாக வெளியே பொது நிகழ்ச்சிகளுக்குச் செல்லவில்லை. நான் அவர்களிடம் அப்படி ஒன்றும் பிரச்னை இருப்பதாக எனக்குத் தெரியவில்லை, ஆனால் என்னால் நிச்சயமாக எதுவும் சொல்ல முடியாது என்று கூறினேன். இருப்பினும், உங்களை ஒன்றாகப் பார்த்ததில்

நான் உண்மையில் மகிழ்ச்சியடைகிறேன். ஏனென்றால் எல்லோரும் எப்படிப் பழகுகிறார்கள் என்பது ஒருபோதும் யாருக்கும் தெரிந்திருக்க நியாயமில்லை தானே. ஆனால் ஏதேனும் பிரச்னை இருந்தால்கூட அதை நீங்களே தீர்த்துக் கொள்வதைப் பார்த்து நான் மிகவும் மகிழ்ச்சியடைகிறேன்."

"எந்தப் பிரச்னையும் இல்லை."

"சரி, எதுவும் இல்லை என்றால் நான் மகிழ்ச்சியடைகிறேன். இருந்தால், அது வெளியில் தெரியாமல் தீர்த்துக்கொள்ளப்படுவதைப் பார்த்து நான் மகிழ்ச்சியடைகிறேன். என்னைப் போல மற்றவர்களும் மகிழ்வார்கள் என்று எனக்குத் தெரியும்."

எலிசபெத் எழுந்து நின்றாள். "நாங்கள் ஒன்றாக வெளியில் வராததற்கான காரணத்தை நீ அறிய விரும்பினால் கூறுகிறேன். நீ எல்லா வழிகளிலும் விஷயங்களைக் கண்டுபிடிக்க முயற்சித்தாய், இப்போது நான் அனைத்தையும் உனக்குக் கூறுகிறேன். நீதான் என்னை அதற்குத் தூண்டினாய். எங்களுக்கு இடையே விசேஷங்களுக்கு அணிந்து செல்ல ஒரே ஒரு கண்ணியமான உடைதான் இருந்தது. 'எமிலியும்' நானும் அதைமாறி மாறி அணிந்தோம். எமிலி அதன் மீது சரிகை வைத்து தைத்து அணிந்திருப்பாள், நான் அதை அணியும்போது சரிகையைக் கிழித்து கறுப்பு வெல்வெட் வைத்து தைப்பேன், அது ஒரே ஆடை என ஒருவரும் அறியக் கூடாது என்பதற்காக. எங்கள் வாழ்க்கையில் பிரச்னை தரும் ஒரு வார்த்தைகூட எங்களுக்குள் நாங்கள் பேசியதில்லை, எங்களிடம் பிரச்னை இருப்பதாக எல்லோரும் சொல்வது அப்பட்டமான பொய்" என்று கூறினாள்.

எமிலி தன் கைக்குட்டையில் மெதுவாக அழுது கொண்டிருந்தாள்; எலிசபெத்தின் கண்களில் கண்ணீர் இல்லை; அவளுடைய கன்னங்களில் பிரகாசமான ஜொலிப்பு இருந்ததுடன், அவளது மெலிதான கம்பீரமான உயரம் மாடில்டா ஜென்னிங்ஸைத் தலைகுனிய வைத்தது.

அவள் தொடர்ந்தாள், "எனக்குப் பெயரிட்ட என்

அத்தை எலிசபெத், இரண்டு மூன்று வாரங்களுக்கு முன்பு இறந்துவிட்டார். அவர்கள் எங்களுக்கு ஒரு டிரங்க் முழுதும் ஆடைகளை அனுப்பியிருந்தனர். அந்த ஆடைகளின் மத்தியில் விஷேசத்திற்கு அணிந்து செல்லும், இரண்டு கண்ணியமான கவுன்கள் இருந்தன. அதுதான் எமிலியும் நானும் ஒன்றாக இருந்ததற்கான காரணம். மாடில்டா ஜென்னிங்ஸ், நீ இப்போது முழு கதையையும் அறிந்துகொண்டாய். திருப்தி அடைந்திருப்பாய் என்று நம்புகிறேன்.

அந்தக் கிழவியிடம் இருந்த துப்பறியும் உள்ளுணர்வும், வேட்கை ஆர்வமும் திருப்தியடைந்ததால், அவள் முன்பு இருந்ததைவிடக் குதூகலித்திருக்க வேண்டும். ஊரில் யாரும் சந்தேகிக்காததை அவள் சந்தேகப்பட்டாள். அவள் சந்தேகத்தைச் சரிபார்த்து, முழுக் கிராமத்திலிருந்தும் அவள் ஒருத்தியே மறைத்து வைத்த சகோதரிகளின் ரகசியமும், பெருமையும் என்ன என்பதைக் கண்டுபிடித்தாள். இருப்பினும் அவள் அமைதியற்றவளாக இருந்தாள்.

“நான் யாரிடமும் சொல்ல மாட்டேன்” என்றாள்.

“யாரிடம் வேண்டுமானாலும் சொல்லலாம். எனக்கு அதனால் ஒன்றும் இல்லை.”

“நான் யாரிடமும் சொல்ல மாட்டேன்.” மாடில்டா ஜென்னிங்ஸ் எழுந்தாள்; அவள் வரவேற்பறை கதவைத் தாண்டியபோது, "அந்தக் கறுப்புப் பட்டுக்காக நான் உங்களை வருத்தியிருக்கிறேன் என்று நினைக்கிறேன அல்லது அதைப் பற்றிக் கண்டுபிடிப்பதில் நான் அதிக அக்கறை காட்டியிருக்கக் கூடாது. எனக்கோ அல்லது நான் கேள்விப்பட்ட என் சொந்தங்களிலோ ஒருவரிடமும் ஒரு போதும் கறுப்புப் பட்டு கவுன் இருந்ததில்லை. அதுமட்டுமில்லை நான் அணிய தகுதியானதாக எதுவும் இருந்தது இல்லை" என்றாள்.

சிறிது நேரம் மௌனம் நிலவியது. "நாங்கள் எதையும் மனதில் வைத்துக்கொள்ள மாட்டோம்," என்று எலிசபெத் கூறினாள். எமிலி பதிலளிக்கும் விதமாக மெல்ல விம்மினாள். மாடில்டா வரவேற்பறை கடந்து, வெளிக் கதவைத் திறந்தாள்.

எலிசபெத் தன் சகோதரியிடம் கிசுகிசுத்தாள். எமிலி அதைக் கேட்டு ஆவலுடன் தலையசைது, "நீ அவளிடம் சொல்லு" என்றாள்.

எலிசபெத், "மாடில்டா" என அழைத்தாள். மாடில்டா திரும்பிப் பார்த்தாள். "நீ கோபப்படாவிட்டால், நாங்கள் ஒன்றைச் சொல்கிறோம். அந்த எரிந்த கவுனை, நாங்கள் நன்றாகச் சரிசெய்துவிட்டோம். அந்தக் கறுப்புப் பட்டை நீ எடுத்துக்கொள்ள நாங்கள் மனப்பூர்வமாகச் சம்மதிக்கிறோம். எமிலிக்கும், எனக்கு அது இனி தேவையில்லை. நீ அதை எடுத்துக்கொண்டால், உண்மையில் நாங்கள் மகிழ்ச்சியடைவோம்.

மாடில்டா ஜென்னிங்ஸின் கண்களைக் கண்ணீர் மறைத்தது. ஆனால், அவள் கண்களை மூடிக்கொண்டாள். "நன்றி" என்று கரடுமுரடான குரலில் கூறிவிட்டு, பொதுமுற்றத்தின் மீது படிகளில் இறங்கினாள். அவள் எமிலியின் மலர் தோட்டத்தை அடைந்தாள். நாஸ்ட்ரிம் செடியின் பூக்களில் இருந்து தைல மணம் அவள் நாசிக்கு வந்தது. அது ஒரு அதிகாலைப் பொழுது. போர்ட்லகாஸ் செடி இன்னும் கருஞ்சிவப்பு மற்றும் மஞ்சள் கலந்த அற்புதமான வண்ணத்தில் வெளியே மலர்ந்திருந்தது. மாடில்டா திரும்பிப் பார்த்தாள், அவளின் பரந்த கால், பாதையில் தடுமாறிக் கொண்டிருந்த ஒரு மஞ்சள் போர்ட்டுலாக்காவை அகற்றியது, ஆனால் அவள் அதை கவனிக்கவில்லை. அந்த முதிய உருவம் முன்னால் இருந்த தோட்டத்தைக் கடந்து மீண்டும் வீட்டிற்குள் வந்து எலிசபெத் மற்றும் எமிலிக்கு முன்னால் நின்றது. "இங்கே பாருங்கள்" என்று அவள் கரடுமுரடான தன்னுடைய முதிய முகத்தில் இருந்து வெளியேறப் போராடினாள். பின் நிதானமாக, "நான் உங்களுக்கு ஒன்றைச் சொல்ல விரும்புகிறேன் - எமிலி அந்தப் பட்டாசு குவியலுக்குள் நுழைவதற்கு முன்பு அவை கொளுத்தப்படுவதை நான் பார்த்தேன்" என்றாள்.

ஒரு மோதல் முடிவுக்கு வந்தது!

ஆக்டனில் இரண்டு தேவாலயங்கள் இருந்தன. ஒன்று ப்ரோட்டஸ்டண்ட் தேவாலயம் இன்னொன்று பாப்டிஸ்ட் தேவாலயம். அவை இரண்டும் சாலையின் எதிரெதிர் பக்கங்களில் இருந்தன. பாப்டிஸ்ட் தேவாலயக் கட்டிடம் ப்ரோட்டஸ்டண்ட் தேவாலயத்தைவிடச் சற்றுக் கீழே இருந்தது. ஞாயிற்றுக்கிழமை காலை இரண்டு தேவாலயங்களின் மணிகளும் ஒலித்தன. பாப்டிஸ்ட் தேவாலய மணி மிகவும் பெரியதாக இருந்ததுடன் சத்தமாகவும் ஒலித்தது. அந்த மணியின் ஓசை மென்மையாகத் தேய்வதற்குள்ளாக, ப்ரோட்டஸ்டண்ட் தேவாலயத்தின் கனமான பித்தளை மணியின் சத்தம் அதன் மீது விரைவாகப் பரவும். இந்த இரண்டு மணிகளின் ஒழுங்கற்ற சத்தம் கேட்டு, மக்கள் அத்தெருவின் வழியே திரண்டு சென்றனர். அது கோடை வெயில் வாட்டிய நாள், சூரியன் கடுமையாகச் சுட்டெரித்தது. அனைத்துப் பெண்களின் தலையின் மீதும் பாரசோல்கள் (சின்ன குடை போன்ற தொப்பி) படபடத்துக்கொண்டிருந்தன.

பாப்டிஸ்ட் தேவாலயத்திற்கு அதிகமான மக்கள் சென்றனர். இவை இரண்டுடன் ஒப்பு நோக்கும் போது பாப்டிஸ்ட் சமூகம்தான் பெரியதாக இருந்தது. இது கடந்த பத்து ஆண்டுகளாக இப்படித்தான் இருந்தது. ப்ரோட்டஸ்டண்ட் ஒரு புதிய மதபோதகரை நிர்மாணித்தனர். அவரது வருகை தேவாலயத்தை மேலும் பிளவுபடுத்தியது. சபையில் மூன்றில் ஒரு பகுதியினர் பாப்டிஸ்ட் சகோதரர்களிடம் சென்றதுடன், அவர்களுடன்தான் தொடர்கின்றனர்.

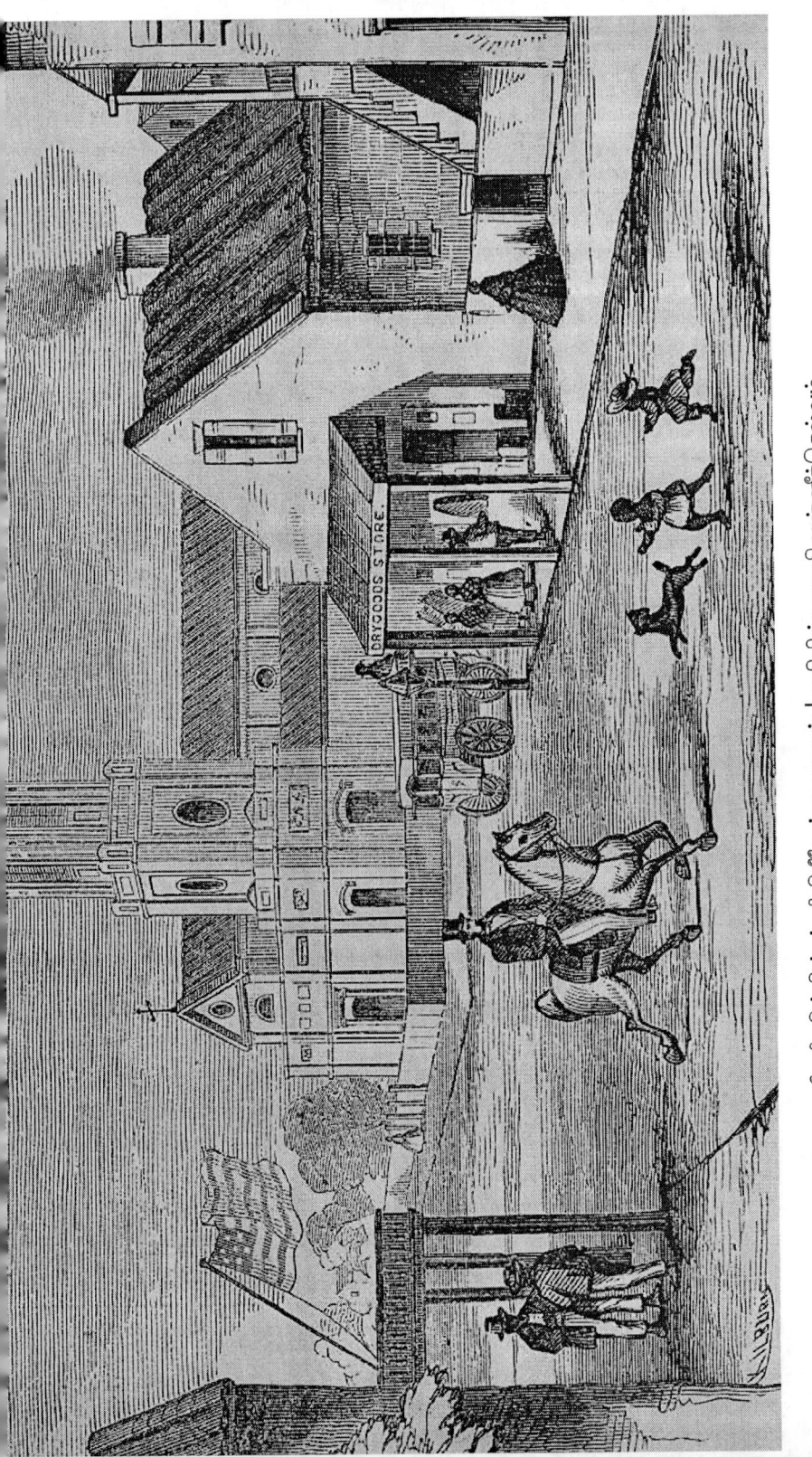

மேரி வில்கின்ஸ் ஃப்ரீமேன் கதைகள் | தமிழில்: கமலி பன்னீர்செல்வம்

அவர்களில் பலர் இன்றும் தங்கள் இதயங்களில் எப்போதோ படிந்து விட்ட பகைமையைப் பிடிவாதமாகச் சுமந்து கொண்டுதான் பழைய தேவாலயத்தைக் கடந்து சென்றனர். மேலும் அந்த வலுவான ஆன்மிகக் கோபத்துடன் தங்கள் குடும்பங்களையும் பாப்டிஸ்ட் தேவாலயம் பக்கம் அழைத்துச் சென்றனர்.

பத்தாண்டுகளுக்கு முன்பு எதிரணியில் தன்னை முன்னிலைப்படுத்திக் கொண்ட ஒரு வயதான பெண்மணி, அப்போது வெளிப்படுத்திய எதிர்ப்பு நிலையை அதே வீரியத்துடன் அன்று காலைகூட வெளிப்படுத்தினாள். அவள் ஒரு முழு கறுப்புப் பட்டு கவுன் அணிந்திருந்தாள். அதை அவள் முன்னால் தூக்கிப்பிடித்து, பின்புறத்தை ரோட்டை பெருக்கி வர அனுமதித்திருந்தாள்.

அங்கிருந்த சில ப்ரோட்டஸ்டண்ட் சபை மக்கள் அவளை வேடிக்கையாகப் பார்த்தனர். நீல நிற மஸ்லின் அணிந்த சதைப்பற்றுள்ள, நேர்த்தியான முகம் கொண்ட பெண், "அந்த வயதான பெண்மணி தனது சிறந்த கறுப்புப் பட்டாடையைத் தூக்கிக்கொண்டு பாப்டிஸ்டுக்குப் பின்னால் செல்வதைப் பாருங்கள். அவள் தன்னை எப்படி வெளியே காட்டுகிறாள் என்பது அபத்தமானது அல்லவா? நேற்று யாரோ ஒருவர் அதைப் பற்றி பேசுவதைக் கேட்டேன் எனச் சின்ன சிரிப்புடன் தன் தோழியிடம் கூறினாள்.

"ஆம்."

அந்தப் பெண் சிவந்த முகத்துடன் குழம்பி இருந்தாள். "ஓ அன்பே!" என்று மனதுக்குள் நினைத்துக்கொண்டாள். அவளுடன் இருந்த பெண்ணுக்கு இந்தப் பழைய தேவாலய சண்டையுடன் தொடர்புடைய விரும்பத்தகாத வரலாறு ஒன்று இருந்தது. அவள் மெலிந்த சின்ன பெண். அவள் அணிந்திருந்த பளபளப்பான ஊதா பட்டு, அவளின் கூர்மையான தோள்பட்டை முழுதும் வெளியே தெரியாதளவு இறுக்கமாக கட்டப்பட்டிருந்தது. அவளுடைய தோழியுடையது போலவே அவளது தொப்பி பூக்கள் மற்றும்

சிறகுகளுடன் மிகவும் பெரியதாக இருந்தது. உண்மையில், அவள் கிராமத்தில் தொப்பிகள் தயாரிப்பவள். மற்றொரு பெண் அவளது உதவியாளர்.

இருவரும் தேவாலயப் படிகளில் ஏறிச் சென்றபோது, ஐம்பது வயது மதிக்கத்தக்க ஒருவரைக் கடந்தார்கள். அவர் தேவாலயப் படிகளில் ஒரு பக்கத்தில் நன்றாக அமர்ந்திருந்தார். அவரின் முகம் தனித்து தெரிந்தது. மென்மையான நெற்றி, லேசாக வளைந்த வாய், பார்க்கச் சகிக்காத கன்னம் ஒட்டி, கன்னத்து எலும்புகள் புடைத்துக் கொண்டு இருந்தன. அவர் கையில் வைக்கோல் தொப்பியைப் பிடித்திருந்தார். அவரது வழுக்கைத் தலையில் சூரிய ஒளிபட்டு பிரகாசித்தது.

பாதி தூரம் சென்ற கிராமத்துத் தொப்பி தயாரிப்பவள் நின்று, கவலையுடன் அவரைப் பார்த்தாள். பின்னர் அவரைக் கடந்து, மீண்டும் வராந்தாவுக்குள் நுழைந்தாள்.

அவள் அந்தப் பெண்ணிடம், “நீ உள்ளே போ, மார்கி. நான் ஒரு நிமிடத்தில் வருகிறேன்" என்றாள்.

“நீங்கள் எங்கே போகிறீர்கள், மிஸ் பார்னி?"

"நீ உள்ளே போ. நான் ஒரு நிமிடத்தில் வந்துவிடுகிறேன்."

அப்போது மார்கி கொஞ்சம் கும்பலாக மக்கள் அதிவேக அலையால் அடித்துச் செல்லப்படுவது போல, அவர்களோடு பார்வையாளர்கள் அறைக்குள் நுழைந்தாள். எஸ்தர் பார்னி மக்கள் அடித்துப் பிடித்து நுழையும் கூட்டம் சென்று முடியும் வரை காத்திருந்தாள். பிறகு வேகமாகப் படியில் அமர்ந்திருந்தவரின் பக்கம் திரும்பினாள். அவள் வேண்டுமென்றே தன் பெரிய கறுப்பு பாரசோலை விரித்து, கைப்பிடியை அவனை நோக்கி நீட்டினாள்.

“இல்லை, இல்லை, எஸ்தர். எனக்கு அது வேண்டாம்,எனக்கு அது வேண்டாம்."

"மார்கஸ் வுட்மேன், இந்தக் கொளுத்தும் வெயிலில் இருக்க வேண்டும் என்பதில் நீங்கள் உறுதியாக இருந்தால், என்னுடைய இந்த பாராசோலை எடுத்துக்கொண்டு அதைப்

பயன்படுத்துங்கள்."

"எனக்கு உன் பாரசோல் வேண்டாம் எஸ்தர். நான்."

"நீங்கள் அதைத் திரும்பத் திரும்பச் சொல்ல வேண்டாம். எடுத்துக்கொள்ளுங்கள்" என்றாள்.

"நான் மாட்டேன், நான் விரும்பவில்லை என்றால் விரும்பவில்லைதான்."

"உங்களுக்கு வெயில் அடிக்கும்."

"அது என் சொந்த பிரச்னை."

"மார்கஸ் வுட்மேன், நீங்கள் எடுத்துக் கொள்ளுங்கள்."

அவள் பதற்றமான இயல்பில் இருந்த அனைத்து சக்தியையும் தீவிரமாகப் பேசும் தொனியிலும் தோற்றத்திலும் வீசினாள். அப்படியிருந்தும் தன் முயற்சியில் தோல்வியடைந்தாள். ஏனென்றால் அவளுடைய சொந்த விருப்பத்திற்கும், அவள் சமாளிக்க வேண்டியவற்றிற்கும் இடையே முற்றிலும் வித்தியாசம் இருந்தது. அவர்கள் வெவ்வேறு தளங்களில் இருந்தார்கள். அவளுடைய முயற்சி அவளது இயல்பினாலேயே சறுக்கியது. அவர்களுக்கிடையில் பகைமையின் தொடர்புகூட இருக்க முடியாது. அவர் விறைப்பாக அமர்ந்திருந்தார். அவரின் முகத்தில் இருந்த ஒவ்வொரு கோடும் பிடிவாதமாகப் பனிக்கட்டி போல விறைத்து இருந்தது. ஓர் ஆயுதம் போல அவரை நோக்கித் தனது பாராசோலை நீட்டினாள்.

இறுதியாக அவள் தன்னுடைய முயற்சியை முழுதுமாகக் கைவிட்ட பின்னர், அவளுடைய முகபாவம் முற்றிலுமாக மாறியது.

"மார்கஸ், உங்கள் அம்மா எப்படி இருக்கிறார்?"

அவரும் பேசத் தொடங்கினார் "நன்றாக இருக்கிறார்கள், நன்றி எஸ்தர்."

"அப்படியானால் அவர்கள் உள்ளே மீட்டிங்கில்

இருக்கிறார்களா?"

"ஆம்."

"நான் யோசித்துக் கொண்டிருந்தேன். இப்போது வரவில்லை, ஒருவேளை இந்த வாரம் ஒரு நாள் அவளைப் பார்க்க வரலாம்."

அப்போது அவர் பணிவாக எழுந்தார். "நீ விரும்பினால் எப்போது வேண்டுமானாலும் வரலாம் எஸ்தர். நீ வந்தால் அம்மா மிகவும் மகிழ்ச்சியாக இருப்பார் என எனக்குத் தெரியும்."

"சரி, நான் பார்க்கிறேன். அதிக வேலை இல்லை என்றால் புதன்கிழமை வருகிறேன். இப்போது உள்ளே செல்ல வேண்டும். பெரும்பாலானவர்கள் பாட ஆரம்பித்து விட்டார்கள் என நினைக்கிறேன்."

"எஸ்தர்..."

"என்னால் இனி உங்கள் முடிவை மாற்ற முடியும் என்று நம்பிக்கையில்லை, மார்கஸ்."

"பாரசோல் பற்றியா, நான் அதை எடுத்துக்கொள்ளவில்லை என்றாலும் நன்றி. நான் ஒரு பாரசோலைப் பிடித்துக்கொண்டு இங்கு இருக்க முடியாது என்று நிச்சயமாக உனக்குத் தெரியும்; எல்லோரும் சிரிப்பார்கள். ஆனால் நான் உனக்குக் கடமைப்பட்டுள்ளேன். உன் மனதைப் புண்படுத்தும் வகையில் நான் எதுவும் சொல்லவில்லை என நம்புகிறேன்?"

"அடடா! ஏன், இல்லை, மார்கஸ்! நீங்கள் விரும்பவில்லை என்றால் நிச்சயமாக நான் அதைக் கொடுக்க விரும்பவில்லை. ஆனால் இது விநோதமாகக்கூட இருக்கலாம் நினைத்துப் பாருங்கள் எனக்குத் தெரியாது,அன்பே! உள்ளே அவர்கள் பாட ஆரம்பித்துவிட்டார்கள்."

"எஸ்தர், நான் அந்தப் பாரசோலை எடுத்துக்கொள்ளலாம். ஆனால், நீ விரைவில் திரும்ப விரும்பினால் எனக்குத் தெரியாது இல்லையா? சூரியன் சுட்டெரித்துக்கொண்டுதான்

இருக்கிறது, எனக்குத் தலைவலி வரலாம். உண்மையைச் சொன்னால், நான் குடையை மறந்துவிட்டேன்.

தேவாலயத்திற்குள் எஸ்தர் கடைசியாக மார்கிக்கு அருகில் நிம்மதியாக அமர்ந்தபோது, “நான் அவரிடம் முரட்டுத்தனமாக என் கோபத்தைக் காட்டுவதற்கு முன் அவரைப் பற்றி முழுமையாகப் புரிந்து கொள்ளாமல், எடுத்தோம் கவிழ்த்தோம் என நடந்து கொண்டிருக்கக் கூடாது." கொஞ்ச காலம் பழகியும் மார்கஸ் வுட்மேனைப் புரிந்து கொள்ளவில்லையே" எனத் தனக்குள்ளாக நினைத்துக்கொண்டாள்.

அவள் தேவாலயத்திலிருந்து வெளியே வந்தபோது அவரைக் காணவில்லை. ஆனால் மண்டபத்தில் இருந்த ஒரு சிறுவன், “திரு. வுட்மேன் இதை உங்களிடம் கொடுக்கச் சொன்னார்” என பாரசோலை நீட்டினான்.

அவளும் மார்கியும் தெரு வழியாக வீட்டை நோக்கி நடந்து சென்றனர்.

பாப்டிஸ்ட் தேவாலயத்தைக் கடந்தபோது, நுழைவாயிலில் ஓர் இளைஞன் நிற்பதை அவர்கள் கவனித்தனர். அவன் மார்கியை விழிகள் விரிய பார்த்தான்.

அவர்கள் அவனைக் கடந்து சென்ற பிறகு அவள் சிரிக்க ஆரம்பித்தாள். "அவன் பார்வையைக் கவனித்தீர்களா?" எனக் கேட்டுவிட்டு, "அடுத்த முறை என்னைத் தெரிந்துகொள்வான் என்று நம்புகிறேன்." என்றாள்.

“அதுதான் ஜார்ஜ் எலியட். இன்று காலை நீ கிசுகிசுத்துக்கொண்டிருந்த அந்தக் கிழவியின் மகன்தான் அவன்.”

"சரி, எனக்கு அது போதும்."

"அவன் நல்ல உறுதியான உண்மையான இளைஞன்."

மார்கி மூக்கை உறிஞ்சினாள்.

"ஒருவேளை ஒரு நாள் உன் எண்ணத்தை மாற்றக்கூடும்."

அவளும் வேகமாக மூக்கை உறிஞ்சினாள். மார்கி வில்சனின் அந்த அழகான, புதிய முகத்தின் பார்வை அவனை ஈர்த்தது. அவள் நகரத்திற்குப் புதிதாக இருந்தாள். ஜார்ஜ் எலியட்டுக்கு அது தேவையாகவும் இருந்தது. அவன் விரைவாகத் தன்னை அறிமுகப்படுத்திக்கொண்டு எஸ்தர் பார்னியின் வீட்டிற்கு அடிக்கடி சென்று வருபவனாகவும் மாறினான். மார்கியும் அவனை விரைவில் காதலிக்கத் தொடங்கினாள். இளைஞர்களிடமிருந்து அவள் ஒருபோதும் அதிகக் கவனத்தை ஈர்த்ததில்லை. மேலும் அவன் ஒரு ஈடுபாடு மிகுந்த இளைஞனாகவும், சிறிய பிரகாசமான கண்களைக் கொண்டவனாகவும் இருந்தான். இருப்பினும் அவன் நடத்தையில் அவனின் தாயைப் போலவே நிலையான பதற்றமும் இருந்தது.

மார்கி அவளுடைய காதலன் அவளது கவனத்தில் தொடர்ந்து இடம்பெற்ற பிறகு, "நான் அவனைப் புரிந்து கொள்ளப் போகிறேன்" என்று எஸ்தரிடம் கூறினாள். பின்னர் ஒருநாள், "நான் ஜார்ஜுடன் போகிறேன், அவனுடைய அம்மாவுடன் செல்லவில்லை. அந்தக் கிழவியை என்னால் தாங்க முடியாது" என்றாள்.

இளம் காதல் தனக்கே உரித்தான பட்டாம்பூச்சி இறக்கைகளில் மிக வேகமாகப் பறந்து கொண்டிருந்தாலும், அவனின் மீதான காதல் நாளுக்கு நாள் வளர்ந்து கொண்டே இருந்தாலும், காதல் தவிர வேறு ஒன்றுக்கும் இடமில்லாமல் மனம் முழுதும் காதல் நிறைந்திருந்தாலும், உறுதியான முதியவளைத் தனது வழியில் இருந்து தள்ளிவைப்பது அவ்வளவு எளிதானது அல்ல என்பதை மார்கி கண்டறிந்தாள். அந்த வயதான தாய், தன் பின்னிப்பிணைந்த கறுப்புப் பாவாடையுடன், அவளது வயிற்றெரிச்சல் கலந்த பிடிவாதத்துடன், இவர்களின் இனிய கிளர்ச்சியின் ஊடே கதவின் வழியே ஒரு பேய் போல அசையாமல் சென்றாள்.

ஒரு திங்கள்கிழமை காலை மார்கியால் காலை உணவைச் சாப்பிட முடியவில்லை. அவளுடைய நீலக் கண்களைச் சுற்றி கண்ணீர்க் கறைகள் இருந்தன.

சமையலறை மேசையின் குறுக்கே அவளைப் பார்த்த எஸ்தர், "ஏன், என்ன விஷயம், மார்கி?" எனக் கேட்டாள்.

"ஒன்றுமில்லை. பேசுவதற்கு எனக்குப் பெரிய ஆசை எதுவும் இல்லை, அவ்வளவுதான். மிஸ் ஃபுல்லரின் தொப்பி தயாரிக்கும் வேலையை ஆரம்பிக்கலாம் என்று நினைக்கிறேன்."

"உன் நிலையில் நான் இருந்தால் ஏதாவது சாப்பிட முயற்சிப்பேன். வேலையை ஆரம்பித்தால், அந்த வெல்வெட் துணியை நேராக வெட்ட இயலுமா என்பதை உறுதிப்படுத்திக் கொள்.'

கடையின் பின்புறம் உள்ள சிறிய அறையில் இருவரும் வேலையில் ஒன்றாக அமர்ந்திருந்தபோது, மார்கி திடீரென தனது கத்தரிக்கோலை கீழே வீசினாள். "இங்கே பாருங்கள், என்னால் முடிக்க முடியவில்லை; முடிக்க வேண்டும் என்று எனக்குத் தெரியும். நான் இந்த வெல்வெட் துணியைச் சரியாக வெட்டவில்லை. இன்று நான் தொட்ட எதுவும் உருப்படியில்லை" என வெம்பினாள். அவள் வாயில் ஒரு துளி துணி மடிப்பு இருந்தது. பின்னர் அது நடுங்க ஆரம்பித்தது. அவள் கைகளில் முகத்தை மறைத்துக்கொண்டு, "ஓ, அன்பே, அன்பே, அன்பே" என அழுதாள்.

"மார்கி வில்சன் சொல்லு. என்ன விஷயம்?"

"ஜார்ஜும் நானும் நேற்றிரவு பேசினோம். நாங்கள் நிச்சயதார்த்தத்தை முறித்துக் கொண்டோம், அது என்னைக் கொல்கிறது. இப்போது நான் இந்த வெல்வெட் துணியைத் தப்பாக வெட்டிவிட்டேன். ஓ, அன்பே, அன்பே, அன்பே, அன்பே!"

"அது ஒரு சின்ன விஷயம், வெல்வெட்டைப் பற்றி எதுவும் கவலைப்படாதே! உனக்கும் ஜார்ஜுக்கும் என்ன வந்தது?"

"அவனுடைய தாய் பயங்கரமான அந்தப் பழைய விஷயம்தான்! அவள் எங்களுடன் வாழ வேண்டும் என்று சொன்னான், அது முடியாது என்று சொன்னேன். பின்னர்

அவன் தனது தாயுடன் வாழ விருப்பமில்லாத எந்தப் பெண்ணையும் திருமணம் செய்ய மாட்டேன் என்று கூறினான். அப்படி என்றால் என்னைத் திருமணம் செய்ய முடியாது என்று சொன்னேன். ஜார்ஜ் எலியட் என்னை விட தன் தாயைப் பற்றி அதிகம் நினைத்தால், அவளுடனே இருந்து கொள்ளட்டும். நான் கவலைப்படவில்லை. அவன் இல்லாமல் என்னால் வாழ முடியும் என்பதை நான் அவனுக்குக் காண்பிப்பேன்."

"ஓ, எனக்குத் தெரியாது, மார்கி. அதற்காக நான் மிகவும் வருந்துகிறேன். ஜார்ஜ் எலியட் எதிர்ப்பார்ப்புகள் இருந்தாலும் நல்ல இளைஞன். ஆனால் அவன் தாயுடன் வாழ விரும்பவில்லை என்றால், ஆரம்பத்தில் சரியாகச் சொல்வதுதான் நல்லது. நான் உன்னை அதிகம் குற்றம் சாட்டுவதால் எனக்குத் தெரியாது. அவள் தன் வழிகளில் அழகாக இருக்கிறாள்."

"ஆம் என்று நினைக்கிறேன். ஆனால் என்னால் அவளை ஒருபோதும் தாங்க முடியவில்லை. அவன் இதை ஒரு நாள் உணரந்து கொள்வான் என்று நினைக்கிறேன்."

மார்கி தன் கண்களைத் துடைத்துக்கொண்டு மீண்டும் வெல்வெட் துணியைக் கையில் எடுத்தாள். "நான் இந்த வெல்வெட் துணியைக் கெடுத்துவிட்டேன். காதலில் ஏமாற்றம் ஒரு பெண்ணை ஏன் இவ்வளவு பாதிக்க வேண்டும், அதுவும் துணியைச் சரியாக வெட்ட முடியாதளவு என்று தெரியவில்லை" என்றாள்.

மார்கியிடம் அவளின் துயரத்துக்கு மேலே உருண்டு தெரிந்த ஒரு விசித்திரமான அம்சம் இருந்தது.

எஸ்தர் கொஞ்சம் குழப்பமாகப் பார்த்தாள். "வெல்வெட் துணியைப் பற்றிக் கவலைப்படாதே, குழந்தை எப்படியும் அது அதிகம் இல்லை." அவள் வழக்கமான தயக்கத்திலிருந்து வெளியேறுவதை மறைக்க சில ரிப்பன்களைத் தூக்கி எறிய ஆரம்பித்தாள். "நான் அதற்காக வருந்துகிறேன், மார்கி. இதுபோன்ற விஷயங்களைத் தாங்குவது கடினம், ஆனால்

அவற்றுடன் வாழ முடியும். அதைப் பற்றி எனக்கே ஓரளவு தெரியும். எனக்கும் இப்படிப்பட்ட பிரச்னைகள் இருந்திருக்கும் என்று உனக்குத் தெரியும் அல்லவா?"

"மிஸ்டர் வுட்மேனைப் பற்றிச் சொல்கிறீர்களா?"

"ஆம், மார்கஸ் வுட்மேன் பற்றிதான் மார்கி வில்சன், நான் உனக்கு என்ன சொல்கிறேன் என்றால் ஒரு விஷயத்திற்கு நீ கண்டிப்பாக நன்றி சொல்ல வேண்டும். உன்னுடைய இந்த விவகாரத்தில் அவமானப்பட எதுவும் இல்லை. இந்த எண்ணம்தான் எதையும்விட இந்த விஷயத்தைக் கடினமானதாக ஆக்குகிறது. எல்லோரும் சிரிக்கிறார்கள் என்று தெரிந்தால், இறக்கத் தயாராக இருந்தாலும், நீயே அவர்களை முந்திக்கொண்டு சிரித்து விட்டால் போதும்."

"அந்த மிஸ்டர் வுட்மேன் பைத்தியம் இல்லையா?"

"இல்லை, அவர் பைத்தியம் இல்லை; அவர் கூடுதலாகப் பொது அறிவுக்கு அப்பாலும் தெரிந்து வைத்துள்ளார், அவ்வளவுதான். மேலும் விருப்பத்துக்கும் உணர்வுக்கும் இடையில் காற்று போல அலைக்கழிக்கப்படுகிறார். நான் ஆரம்பத்தில் இருந்தே அனைத்தையும் பார்க்கிறேன். மார்கஸ் வுட்மேனை ஒரு புத்தகம் போல என்னால் படிக்க முடிகிறது."

"உலகில் இப்படிப்பட்ட மனிதரை நீங்கள் எப்படி விரும்புகிறீர்கள் என்று எனக்குத் தெரியவில்லை."

"ஒருவரை விரும்புவதற்கு எந்த நல்ல காரணமும் இல்லாதபோதும் காதலித்தால், காதல்தான் வலிமையானது என்று நான் கருதுகிறேன். அனைவரும் அதைத்தான் சொல்கிறார்கள். மார்கஸ் வுட்மேனை நான் மிகவும் கொண்டாடினேன் என என்னால் சொல்ல முடியாது. அவர் என்னிடம் இருந்து மறைக்க முயற்சித்தாலும் அவர் நோக்கம் என்ன என்பது எனக்கு நன்றாகவே தெரியும். ஆனால் அது அவரைப் பற்றிய எனது சிந்தனையைத் தடுக்கவில்லை, நான் வேறு எந்த ஆணையும் திருமணம் செய்து கொள்ள முடியும் என்றுகூட நினைக்கவில்லை. நான் அப்படிச் சொல்வதை

விரும்பவில்லை என்றாலும் உண்மையில் எனக்கு வாய்ப்புகள் நிறையவே இருந்தன."

"அவர் தேவாலயத்திற்குள் வராமல் படிகளில் உட்காரச் சென்றதால் அவரைக் காதலிப்பதை நிறுத்தினீர்களா?"

"ஆம் நான் செய்தேன். அப்படித் தன்னையே கேலிக்குரியவராகக் காட்டிக்கொள்ளும் ஒருவரை நான் திருமணம் செய்து கொள்வேன் என்று நினைக்கிறாயா?"

"அவர் ஏன் அதைச் செய்ய வந்தார் என்று தெரியவில்லை. இது நான் கேள்விப்பட்டதில் மிகவும் வேடிக்கையான விஷயம்."

"எனக்குத் தெரியும். சின்ன பிள்ளைத்தனமான விஷயம்தான். அதைப் பற்றிச் சொன்னால் யாரும் நம்ப மாட்டார்கள். ஆனால் அதுதான் உண்மை. அவர் தனது கொள்கைகளிலும் முடிவுகளிலும் மிகவும் பிடிவாதமானவர். யாருக்காகவும் தன் கொள்கை முடிவுகளை மாற்றிக்கொள்ளாத குணம் அவரைக் கிட்டத்தட்ட அதிசயமானவராகக் காட்டுகிறது. தேவாலயக் கூட்டத்தில் திரு. மார்டன் இங்கே குடியேறியதைப் பற்றி அவர்கள் ஒரு சர்ச்சையை ஏற்படுத்தியபோது, அவர் எழுந்து அந்தத் தேவாலயக் கூட்டத்தில் பேசினார். மார்கஸ் அவருக்கு எதிராக இருந்தார். என்ன காரணத்திற்காக அப்படி இருந்தார் என்று தெரியவில்லை. ஏனென்றால் எதிராக இருந்ததற்குக் காரணமாக எதையும் நான் பார்க்கவில்லை. என்னிடம் திரு. மார்டனுக்கு எந்தக் கோட்பாடும் இல்லை எனக் கூறினார். அதைத்தான் அவர்கள் அனைவரும் சொன்னார்கள். ஆனால், அவர்களில் பாதிப் பேருக்குக்கூடக் கோட்பாடு என்றால் என்ன என்று தெரியுமா என்கிற நம்பிக்கை இல்லை. என்னால் பெரும்பாலான தலைமை பிரசங்கர்களைப் போல் திரு. மார்டன் ஏன் நல்லவராக இருக்க முடியாது என்பதை நினைத்துப் பார்க்கவே முடியவில்லை. எப்படியும் அவரை அப்படி நடத்தியவர்களைவிடப் போதுமான தெளிவு அவருக்கு நன்றாகவே இருந்தது. அவர்களுக்குத் தெரியாமலே, அவர்கள் செய்த விதத்தில் உண்மையில் பிரசங்கத்தில்

அவரை எப்போதும் தலைக்கு மேல் உயர்த்தி வைக்கிறார்கள் என்று உணர்ந்தேன்.

“ஆம், அந்த சர்ச் மீட்டிங்கில் மார்கஸ் பேசினார். மேலும் அவர் சொன்ன ஒவ்வொரு வார்த்தையையும் மேலும் மேலும் அழுத்தமாக கட்டமைத்துக் கொண்டே இருந்தார். அவர் எப்பொழுதும் விஷயங்களைத் திரும்பத் திரும்பச் சொல்லும் ஒரு வழியைக் கையாண்டார். அவர் சொன்னவற்றிலிருந்து அடியெடுப்பது போல, அதன் மூலமே தன்னைத் தனது கொள்கைகளை உயர்த்திக்கொள்வது போலப் பேசினாரே தவிர, எந்தக் காரணத்திற்காகவும் தனது கருத்தில் இருந்து பின்வாங்கவே இல்லை. ஆம் அன்றிரவுதான் அதைக் கூறினார். இறுதியாக, அவன் தனது கருத்து முழக்கத்தின் உச்சத்தில் இருந்தபோது, என்னைப் பொறுத்தவரை, திரு. மார்டன் அந்தத் தேவாலயத்தில் இருந்தால், அவர் வாழும் வரை நான் ஒருபோதும் இங்கு வரமாட்டேன் என்று கூறினார். அப்போது யாரோ கூறினார்கள், நான் சந்தேகப்பட்டாலும் அது யாரென்று எனக்குச் சரியாகத் தெரியவில்லை. அவர் கூறியது, “சகோதரர் வுட்மேன் நீங்கள்தான் உள்ளே வர வேண்டும்” என்றார்.

“எல்லோரும் அதைக் கண்டு சிரித்தனர். ஆனால், மார்கஸ் சிரிப்பது போல எதுவும் நடக்கவில்லை என நின்று கொண்டிருந்தார். பின் அச்சம் தரும் வகையில் தன் பற்களை நரநரத்தபடி ‘அந்த மனிதர் இங்கே தொடர்ந்தால், நான் இந்தத் தேவாலயப் படிகளில்தான் ஐம்பது வருடங்களுக்கு இருப்பேன். உள்ளே வரமாட்டேன்” எனக் கூறினார்.

“அவர் உண்மையிலேயே அப்படிச் செய்வார் என்று என்னால் நம்ப முடியவில்லை. அந்த வசந்த காலத்தில் நாங்கள் திருமணம் செய்து கொள்ள இருந்தோம். அதனால் அவர் நான் சொல்வதைக் கேட்பார் என்று நினைத்தேன்; ஆனால் அவர் செய்யவில்லை. ஞாயிறு திரு. மார்டன் பிரசங்கத்தைத் தொடங்கினார். அவர் அனைவர் மனதில் ஒவ்வொரு படியாக அடியெடுத்து வைக்கத் தொடங்கினார், ஆனால் மார்கஸ் தேவாலயத்திற்குள் வராமல் படிகட்டுகளிலேயே

இருக்கத் தொடங்கினார். அன்றிலிருந்து எல்லா வகையான வானிலையிலும் அங்கேயே இருக்கத் தொடங்கினார். அது அவரைக் கொல்லவில்லை என்பது ஆச்சரியம். ஆனால் அது அவரை மேலும் கடினமாக்கியது என்று நினைக்கிறேன்.

"ஏன், நீங்கள் அவரைத் திருமணம் செய்ய முன் வராதபோது அவர் மோசமாக உணரவில்லையா?"

"மோசமாக உணரவில்லையா? நிச்சயமாக அவர் உணர்ந்தார். அந்த முடிவை பயங்கர அச்சந்தருவதாகத்தான் எடுத்துக் கொண்டார். ஆனால், அது அவரிடம் எந்த மாற்றத்தையும் ஏற்படுத்தவில்லை; ஒரு முடி அளவுகூட மாற்றம் தரவில்லை. ஆனால் எனக்கு இறந்துவிட வேண்டும் என்று தோன்றியது. அவரது தாயும் மார்கஸ் செயலை மிகவும் மோசமாக உணர்ந்தார். அவள் உண்மையாக நல்ல பெண். அவள் இல்லாமல் இருந்திருந்தால் மார்கஸ் என்ன செய்திருப்பார் என்று எனக்குத் தெரியவில்லை. அவர் காத்திருந்து தன்னைக் கவனிக்க வைக்க விரும்புகிறார். அவர் நினைத்துக்கூடப் பார்க்க முடியாதளவு சில வழிகளில் ரொம்பக் குழந்தைத்தனமானவர்.

"சரி, என்னைப் பொறுத்தவரையில் எல்லாம் முடிந்துவிட்டது. இருப்பினும் சில சமயங்களில் அவர் அங்கு அமர்வதைப் பார்க்க எப்போதும் போல் கோபம் வந்தாலும், நான் அதைச் சமாதனப்படுத்திக்கொண்டு கடக்கப் பழகிவிட்டேன். ஆனால் நான் எனக்குள்ளாகச் சமரசம் செய்ய முயற்சிக்கிறேன். நானும் அவரைப் போலவே பழகுகிறேன், ஒருவேளை அவர் என்னுடையவராக இருந்தால் என்பதைப் போல. எனக்குத் தெரியவில்லை. ஆரம்பத்தில் இதில் எந்த அர்த்தமும் இல்லாததை உணர்ந்து மிகவும் வருத்தப்பட்டேன், நீ அப்படி வருத்தப்பட மாட்டாய் என்று நம்புகிறேன்."

"மிஸ் பார்னி, நான் கவலைப்படப் போவதில்லை. நான் சிறிது நேரம் அவரைப் பற்றிச் சிந்திப்பதைக் குறைக்கலாம். ஆனால், நான் மோசமாக எதையும் செய்ய மாட்டேன்.

"குழந்தையே! நீ எப்படிப் பேசுகிறாய்?"

ஒரு நல்ல விஷயம் என்னவென்றால் மார்கியுடன் பேசியது; அவளுடைய வார்த்தைகளில் இருந்த தைரியம் அவள் செயலில் இல்லை. அவள் வலுவான தற்காலிகத் தீர்மானத்தை நிறைவேற்றக் கூடியவளாக இருந்தாள். ஆனால் அவளால் அவளது தீர்மானத்தையே தாங்கிக்கொள்ள முடியாதளவு பலகீனமாக இருந்தாள். காதலன் இல்லாத நாட்கள் செல்லச் செல்ல அவள் படிப்படியாகப் பலவீனமடைந்தாள். ஒரு சனிக்கிழமை இரவு அவள் முற்றிலும் கழிவிரக்கத்துக்குப் பலியானாள். அன்றிரவு வணிகம் மிகவும் துரிதகதியில் இருந்தது. அப்படியிருந்தும் அதன் மூலம் சில வாடிக்கையாளர்களுக்கு இடையே உரையாடினாள். குறிப்பாக இரண்டு அழகான இளம்பெண்கள்.

"நேற்று இரவு கச்சேரியில் உங்களுடன் இருந்தவர் யார்?"

"அது ஜார்ஜ் எலியட். உனக்கு அவனைத் தெரியாதா?"

மார்கி பெரும் அதிர்ச்சியுடன், "அவனுக்கு இன்னொரு பெண் இருக்கிறாள்" என்று நினைத்தாள்.

அடுத்த ஞாயிற்றுக்கிழமை இரவு, மிஸ் பார்னியைச் சந்தித்துவிட்டு வெளியே வந்தபோது, அவள் திடீரென்று பார்னியைவிட்டு வெளியேறினாள். ஜார்ஜ் எலியட் முன்கூடத்தில் காத்திருந்த இளைஞர்களில் ஒருவன். நேராக அவனிடம் சென்றாள். அவன் திகைப்புடன் அவளைப் பார்த்தான். அவனுடைய இருண்ட முகம் சிவந்து போனது.

அவன் தடுமாற்றத்துடன் இறுதியாக, "குட் ஈவினிங், மிஸ் வில்சன்" என்றான்.

"குட் ஈவினிங்" என்று அவள் கிசுகிசுத்து, பரிதாபமாக அவனைப் பார்த்து நின்றாள். அவள் வெளிறி நடுக்கத்துடன் காணப்பட்டாள்.

கடைசியில் அவன் சட்டென்று முன்னோக்கிச் சென்று அவளுக்குத் தன் கையைக் கொடுத்தான். அவனுக்கு மனக்கசப்பு இருந்தபோதிலும், ஆர்வமாகப் பார்த்துக்

கொண்டிருந்த அவனது தோழர்கள் அனைவரின் முன்பும் அவளை அவமானப்பட வைக்க விரும்பவில்லை.

அவர்கள் இருண்ட, குளிர்ந்த தெருவில் இருந்தபோது, அவன் அவள் மீது சாய்ந்தவாறு, "ஏன் மார்கி, இதற்கெல்லாம் என்ன அர்த்தம்?" என்று கேட்டான்.

"ஓ, ஜார்ஜ், அவளும் நம்முடன் சேர்ந்து வாழட்டும். எனக்கும் அவள் வேண்டும். நான் முயற்சி செய்தால் அவளுடன் பழக முடியும் என்று எனக்குத் தெரியும். என்னால் முடிந்த அனைத்தையும் செய்வேன். அவளும் நம்முடன் வாழலாம் ஜார்ஜ்."

"யார் அவள்?"

"உன் அம்மா."

"அவசியமில்லை. நீயும் நானும் தான் வாழப்போகிறோம் என்று நினைக்கிறேன். நமக்குள் எல்லாம் முடிந்துவிட்டது என்று நினைத்தேன், மார்கி. இல்லையா?"

"ஓ, ஜார்ஜ், நான் உன்னை அப்படி நடத்தியதற்கு வருந்துகிறேன்."

"அம்மா, இப்போது நம்முடன் வாழ உனக்கு சம்மதமா?"

"நான் உனக்காக எதையும் செய்வேன். ஓ, ஜார்ஜ்!"

"அழாதே, மார்கி. இங்கே யாரும் பார்க்கவில்லை - எனக்கு ஒரு முத்தம் தா. ரொம்ப நாளாச்சு. இல்லையா கண்ணா? அப்படியானால் அம்மா நம்முடன் வாழ்வதில் உனக்கு ஆட்சேபனை இல்லை என்று நீ முடிவு செய்துவிட்டாய்?"

"ஆம்."

"சரி, அம்மா எப்போதும் என்னுடன்தான் இருப்பாள் என்று நான் நம்பவில்லை மார்கி. என் சகோதரன் எட்வர்டுடன் சென்று வாழவும் அவள் தீர்மானித்திருக்கிறாள். எனவே உனக்குப் பெரிதாகத் தொந்தரவு இருக்காது கவலைப்பட வேண்டாம். நான் தைரியமாகக் கூறுகிறேன், அவள் வயது

மூப்பு காரணமாகக் கொஞ்சம் சோதனைகள் தரக்கூடும்.

"நீங்கள் என்னிடம் சொல்லவில்லை."

"அது உன் இடம் என்று நான் நினைத்தேன், அன்பே."

"ஆம், ஜார்ஜ்."

"நீ இப்படிச் செய்ததில் நான் மிகவும் மகிழ்ச்சியடைகிறேன். உன்னிடம் சொல்ல ஒன்று இருக்கிறது. அன்பே, நீ எப்படி உணர்ந்தாய் என்று எனக்குத் தெரியவில்லை, ஆனால் சமீபமாக என் நிலை மிகவும் பரிதாபமாக இருக்கிறது.

"அன்பே ஜார்ஜ்!"

அவர்கள் எஸ்தர் பார்னியின் வீட்டைக் கடந்து, அரை மைல் தூரம் நடந்து சென்றனர். அவர்கள் திரும்பி வந்த பின் மார்கி, வீட்டிற்குள் மெதுவாகத் திருடனைப் போல நுழைந்து, மாடிக்குச் சென்றபோது, மிகவும் நேரமாகி இருந்ததால் எஸ்தர் படுக்கைக்குச் சென்றிருந்தாள். மார்கி தன் அறையில் வெளிச்சம் எரியாமல் இருப்பதைக் கண்டவுடன், உள்ளே எட்டிப்பார்த்தாள். அவளிடம் கேட்க காலை வரை காத்திருக்க முடியவில்லை.

தலையணையிலிருந்து எஸ்தர் எட்டிப் பார்த்து. "நீ எங்கே போய் இருந்தாய்?" எனக் கேட்டாள்.

"ஓ, நான் ஜார்ஜுடன் சிறிது தூரம் உலாவச் சென்றேன்."

"அப்படியென்றால் நீங்கள் சமாதானம் ஆகிவிட்டீர்களா?"

"ஆம்."

"அவன் அம்மா உன்னுடன் வாழப் போகிறாளா?"

"இல்லை என்று நினைக்கிறேன். அவள் எட்வர்டுடன் வாழப் போகிறாள். ஆனால் அவள் இருந்தாலும் வாழ நான் தயாராக இருக்கிறேன் என்று சொன்னேன். அது ஒரு பெண்ணின் இடம் என்று நான் முடிவு செய்திருக்கிறேன். நான் ஒரு பயங்கரமான முட்டாள் என்று நினைக்கிறீர்கள்தானே?"

"இல்லை, நான் அப்படி நினைக்கவில்லை. உனக்கும்

ஜார்ஜுக்கும் இடையில் எல்லாம் சரியாக இருப்பதில் நான் மிகவும் மகிழ்ச்சியடைகிறேன். நீ சமீபத்தில் மகிழ்ச்சி இல்லாமல் இருந்ததை நான் பார்த்தேன்."

அவர்கள் சிறிது நேரம் பேசினார்கள். பின்னர் மார்கி, "குட் நைட்" என்று எஸ்தரிடம் சென்று அவளை முத்தமிட்டாள். அன்பில் மிகவும் பணக்காரியாக இருந்ததால் அவள் அதைப் பெருந்தன்மையாக வழங்கினாள். அவள் அந்த வயதான பெண்ணின் மெல்லிய, சிவந்த கன்னத்தை இனிமையாகப் பார்த்தாள். "நீங்களும் என்னைப் போலவே மகிழ்ச்சியாக இருக்க விரும்புகிறேன். "நீங்களும், திரு. வுட்மேனும் இணைந்து கொள்ள வேண்டும் என்று விரும்புகிறேன்" என்றாள்.

"அது முற்றிலும் வேறு விவகாரம். அப்படிப்பட்ட விஷயத்தில் என்னால் விட்டுக்கொடுக்க முடியவில்லை."

மார்கி அவளைப் பார்த்தாள். மார்கி ஒன்றும் நுட்பமானவள் அல்ல, ஆனால் அவள் அப்பாவி. தனது அன்பைப் பூரணமாகச் சமர்ப்பிப்பதன் மூலம் வெற்றி பெற்றாள். அதன் மூலம் அவள் பெற்ற ஞானத்தைப் பயன்படுத்தினாள்.

"நீங்கள் நம்பவில்லையா? நான் செய்த வழியில் விட்டுக் கொடுக்க வேண்டும் என்றால், அவர் செய்வாரா?" எனக் கேட்டாள்.

எஸ்தர் பெருமூச்சுடன் தொடங்கினாள். அவள் முன் எப்போதும் அப்படிச் செய்ததில்லை. "ஓ, அவர் செய்வார் என்று நம்பிக்கை எனக்கில்லை. உனக்கு அவரைத் தெரியாது; அவர் மோசமானவர். தவிர, சரியா தவறா எனக்குத் தெரியவில்லை என்றாலும், இப்படி இருப்பதில் நான் நன்றாகத்தான் இருக்கிறேன்."

இருப்பினும், தன்னை மீறி அவளால் மார்கியின் ஆலோசனையை நினைத்துப் பார்க்காமல் இருக்க முடியவில்லை. அவர் விட்டுக் கொடுப்பாரா? அவள் ஆபத்தை நோக்கி ஓடுவது அரிதாகவே இருந்தது. அவளது விசித்திரமான

மனநிலையில், முட்டாள்தனமான அவளது உணர்வும், சிறந்த உணர்வுக்குச் சமமானதாகத்தான் இருந்தது, அவளது உணர்வு நுட்பம் ஏளனத்துக்குரியதாக இருந்தது. பிறரின் கேலிக்கும் கிண்டலுக்கும் இலக்காக இருக்கும் ஒருவரைத் திருமணம் செய்வதைவிட குற்றத்தின் நிழலில் இருக்கும் ஒரு மனிதரைத் திருமணம் செய்வது அவளுக்கு எளிதாக இருந்திருக்கும். அதுமட்டுமல்ல, அவரும் மனம் மாறியிருக்கலாம். அவர் ஒருபோதும் அவளைக் கவனிக்கவில்லை என்று தனக்குத்தானே சொல்லிக்கொண்டாள். அவள் எப்படிச் சமாதானத்துக்கான முதல் நடவடிக்கை எடுக்க முடியும்? அவளை மன்னிக்க அவளுக்கு மார்கிக்கு இருப்பது போல இளமையின் தூண்டுதலும் அப்பாவித்தனமும் இல்லை.

மேலும், மார்கிக்குக் கூறிய காரணங்கள் அவளுக்குள்ளும் ஓரளவு தாக்கத்தை ஏற்படுத்தின. அவள் அத்தகைய நடவடிக்கை எடுப்பதே சிறந்ததாக இருக்கும் என்பதில் உறுதியாக இருக்கவில்லை. அவள் உணர்ந்ததைவிட, தனது பழைய கன்னிப் பருவத்தின் அமைதியிலும் பெருமையிலும் உறுதியாக இருந்தாள். மேலும் அதைத் தொந்தரவு செய்ய வெட்கப்பட்டாள். அவளது வசதிக்குச் சமைத்து உண்ணும் உணவு, நேர்த்தியான வீட்டுப் பராமரிப்புடன் அவளுக்குப் பிடித்த வருமானம் தரும் வேலை அனைத்தும் அவள் திருப்தியின் ஆதாரங்களாக மாறின. அவள் அந்த வசதிகளையே கிட்டத்தட்ட திருமணம் செய்து கொண்டதுடன், அதில் குறுக்கீடு ஏதும் வந்தால் பொறாமை கொண்டாள்.

எனவே, மார்கஸ் வுட்மேனின் தாயார் வசந்த காலத்தில் இறக்காமல் இருந்திருந்தால் நிலைமையில் ஏதேனும் மாற்றம் ஏற்பட்டிருக்குமா என்பது சந்தேகமே. இதனால் எஸ்தர் மிகவும் வேதனைப்பட்டாள்.

"மார்கஸ் என்ன செய்யப் போகிறார் என்று எனக்குத் தெரியவில்லை. அவர் ஒரு குழந்தையைப் போல தன்னைக் கவனித்துக் கொள்ள எந்தத் தகுதியும் இல்லாதவர். மேலும் அவருக்கு எந்த வீட்டு வேலைக்காரியும் இல்லை என்று கூறுகிறார்கள்" என்று மார்கியிடம் கூறினாள்.

ஒரு மாலை, மார்கஸின் தாய் இறந்து சுமார் மூன்று வாரங்களுக்குப் பிறகு, எஸ்தர் அங்கு சென்றாள். மார்கி ஜார்ஜூடன் நடக்க வெளியே சென்றிருந்தாள். அதனால் யாருக்கும் தெரியாது. அவள் ஒரு மலையில் வெள்ளைக் குடிசையாக இருந்த அவள் வீட்டை அடைந்தபோது, சமையலறை ஜன்னலில் ஓர் ஒளியைக் கண்டாள்.

"அவர் அங்கே இருக்கிறார்" என்று தனக்குள்ளாகச் சொல்லிக் கொண்டாள். மெதுவாக கதவைத் தட்டினாள். மார்கஸ் உருவம் அசைவது தெரிந்தது. அவர் தனது சாக்ஸ் கால்களில் வந்து கதவைத் திறந்தார்.

"குட் ஈவினிங் மார்கஸ்" என்று அவள் முதலில் பேசினாள்.

"குட் ஈவினிங்."

"இன்று மாலையில் செய்ய விசேஷமாக எனக்கு எதுவுமில்லை, அதனால் ஒரு நிமிடம் நீங்கள் எப்படி இருக்கிறீர்கள் என்று பார்க்க நினைத்தேன்."

"நான் இன்னும் சரியாகவில்லை. ஆனால், பார்த்ததில் மகிழ்ச்சி அடைகிறேன். உள்ளே வாங்க."

அவர் எதிரே சமையலறை நெருப்பருகே அமர்ந்திருந்தவள், அவரையும் சுற்றுப்புறத்தையும் பரிதாபமாகப் பார்த்தாள். எல்லாவற்றிலும் தனிமையின் சாயல் படிந்து இருந்தது. எதிலும் நேர்த்தியோ வசதியோ இல்லை. சில வார்த்தைகளுக்குப் பிறகு அவள் உற்சாகமாக எழுந்தாள். "இங்கே பார், மார்கஸ். நீ அந்த டீகெட்டிலை நிரப்பு, நான் இருக்கும் இந்தக் கொஞ்ச நேரத்தில் உனக்காக இங்கே சற்று மெனக்கெடப் போகிறேன்."

"இப்போதா எஸ்தர், என்னால் முடியும் என்று..."

"நீ எதுவும் சொல்லாதே. இதோ டீகெட்டில். நானேகூட அதைச் சரியாகச் செய்யலாம்".

அந்தந்தப் பொருட்களையும் அதனதன் இடத்தில் வைக்க அவள் பம்பரமாகச் சுழன்று கொண்டிருந்தபோது, பதற்றமடையச் செய்யும் விதத்தில் மார்கஸ் அவளை உற்றுப்

பார்த்தார். ஆனால், அமைதியாக உட்கார்ந்திருப்பதைவிட இப்படிப் பரபர என இருப்பது எளிதானது என்று அவள் தனக்குத்தானே சொல்லிக்கொண்டு, படிப்படியாகத் தான் வந்த வேலையை முடித்தாள். அவளால் அதை எப்போதாவது நிறைவேற்ற முடியுமா என்று யோசித்துக்கொண்டே இருந்தாள். ஆனால், அறை ஒழுங்காக இருந்தபோது கடைசியாக முகத்தில் ஓர் இறுக்கமான பார்வையுடன் மீண்டும் அமர்ந்தாள்.

“மார்கஸ், நானே தொடங்குகிறேன். இன்றிரவு நான் உன்னிடம் ஒன்று சொல்ல விரும்பினேன்” என்றாள்.

அவளைத் தீர்க்கமாகப் பார்த்தார், அவள் தொடர்ந்தாள்:

"உங்களுக்கும் எனக்கும் இடையே எப்படி விஷயங்கள் இருந்தன என்பதைப் பற்றி நான் சமீபத்தில் யோசித்து வருகிறேன. இது சாத்தியமா என்று எனக்குத் தெரியாது. ஆனால் நான் அப்போது இன்னும்கூடக் கொஞ்சம் பொறுமையாக இருந்திருக்கலாம். நான் இப்போதும் அதே போல் உணர்கிறேனா என எனக்குத் தெரியாது.”

“ஓ, எஸ்தர், நீ என்ன சொல்கிறாய்?"

"மார்கஸ் வுட்மேன், உங்களால் கண்டுபிடிக்க முடியாவிட்டால் நான் உங்களுக்குச் சொல்லப் போவதில்லை. நான் முழுமையாகச் சொல்லிவிட்டேன். நீங்கள் எப்போதும் வேண்டும் என்று நான் நினைத்தேன்."

அவர் தடுமாற்றமான மனிதராகக் காணப்பட்டார். ஆனாலும் எழுந்து என்ன செய்கிறோம் என்கிற சுயநினைவுகூட இல்லாது அவளின் காலடியில் மண்டியிட்டு நின்றார். “ஓ, எஸ்தர், நீ நிஜமாகத்தான் சொல்கிறாய், இல்லையா? நீ என்னைத் திருமணம் செய்து கொள்ளத் தயாராக இருக்கிறாய் இல்லையா? என்னைத் திருமணம் செய்து கொள்வாய்தானே?”

“நீங்கள் எழுந்திருக்கவில்லை என்றால் இல்லை. இது பார்க்க அபத்தமாகத் தெரிகிறது.”

"எஸ்தர், நீ நிஜமாகத்தான் சொல்கிறாயா?"

"ஆம். இப்போது எழுந்திருங்கள்" என்றாள்.

நீ யோசிக்கவில்லை, நாம் சிரமப்பட்டதை என்னால் விட்டுவிட முடியாது. அப்போது முடிந்ததைவிட இப்போது அதிகம்."

"நான் ஒருமுறை சொன்னேன், இது எந்த மாற்றத்தையும் ஏற்படுத்தாது?" என்று அவள் முழங்காலில் தன் தலையை வைத்து அழுதார்.

"இந்த அழுகையை நிறுத்து. யாராவது உள்ளே வருவார்கள். நாம் ஒன்றும் இளம் ஜோடிகள் இல்லை."

"அதை உன்னிடம் சொல்லும் வரை நான் ஓயப் போவதில்லை எஸ்தர். நீ உண்மையில் என்னைப் புரிந்து கொள்ளவில்லை. ஆரம்பத்தில், நாம் இருவரும் பைத்தியமாக இருந்தோம். ஆனால், இப்போது அப்படி இல்லை. நாம் பேசலாம். ஓ, எஸ்தர், நான் எவ்வளவு மோசமான வாழ்க்கையை அனுபவித்திருக்கிறேன்! இப்போது நான் உன்னைப் பார்த்துவிட்டேன் ஓ, அன்பே, அன்பே, அன்பே!"

"மார்கஸ், நீ அழுது என்னைப் பயமுறுத்துகிறாய்."

"நான் மாட்டேன் எஸ்தர், இங்கே பார் இது நற்செய்தி உண்மை. நான் மீண்டும் இது விஷயமாக நினைத்துக்கூடப் பார்க்கவில்லை. மிஸ்டர் மார்டன் இப்போது உள்ளே இருக்கிறார்."

"அப்படியானால் கூட்டத்திற்கு வந்து, ஏன் நீங்களே உங்களை முன்மொழியக் கூடாது?"

"என்னால் முடிந்தால் நான் செய்வேன் என்று உனக்குத் தெரியாதா? என்னால் முடியாது, எஸ்தர் என்னால் முடியாது."

"முடியாது என்று எதற்காகச் சொல்கிறீர்கள் என்று எனக்குத் தெரியவில்லை."

"குளிர்காலங்கள், பனிக்காலங்கள் மற்றும் கோடை

வெயிலில் அந்தப் படிக்கட்டுகளில் அமர்ந்து நான் ஆறுதல் அடைந்தேன் என்று நீ நினைக்கிறாயா? உன்னைத் திருமணம் செய்து கொள்ளாமல் நான் ஏதாவது ஆறுதல் அடைந்துவிட்டேன் என்று நினைக்கிறாயா? கடந்த பத்தாண்டுகளில் எப்பொழுதும் எழுந்து, தேவாலயத்திற்கு மற்ற மக்களுடன் செல்வதற்கு மதிப்புள்ள அனைத்தையும் கொடுப்பேன் என்று நீ நினைக்கவில்லையா?"

"சரி, நான் தனியாகவே இருக்கிறேன். மார்கஸ், நீங்கள் விரும்பினால் தாராளமாக இருக்கலாமே. ஏன் உங்களால் முடியவில்லை என்று எனக்குத் தெரியவில்லை."

"நான் பார்ப்பது போல எதுவும் நடக்கவில்லை எஸ்தர். எனக்குத் தெரிந்ததெல்லாம், என்னால் அதைக் கைவிட முடியாது. என்னால் முடியாது. நான் இன்னும் போதுமான வலிமை பெறவில்லை."

"எனக்கு தெரிந்தவரை, மற்ற ஆண்கள் புகைபிடிப்பதற்கும் குடிப்பதற்கும் செல்லும் வழியில் தேவாலயத்தின் படிகளில் அமர்ந்திருப்பது தவிர வேறு ஒன்றும் அதனால் சாதித்துவிடவில்லை."

"எனக்குத் தெரியாது, ஆனால் நீ சொல்வது சரிதான், எஸ்தர், நான் முன்பு அப்படி நினைக்கவில்லை."

"சரி, நீங்கள் அதைக் கடக்க முயற்சிக்க வேண்டும்."

"என்னால் முடியாது, எஸ்தர். என்னால் முடியும் என்று நினைத்து உன்னை அனுமதிப்பது சரியல்ல."

"சரி, இன்று இரவு அதைப் பற்றி இனி பேச வேண்டாம். நான் வீட்டிற்குச் செல்லும் நேரம் இது."

"எஸ்தர், நீ உண்மையாகத்தான் சொல்கிறாயா?"

"உண்மை என்றால்?"

"எப்படியும் என்னைத் திருமணம் செய்து கொள்வேன் என்றாய் அல்லவா?"

“ஆம், நான் சொன்னேன். ஆனால் இப்போது நான் போக வேண்டும். நீங்கள் மிகவும் முட்டாள்தனமாக இருப்பதைப் பார்த்து வெறுக்கிறேன்.”

எஸ்தருக்கு ஒரு புதிய முத்து நிறப் பட்டு மேலங்கியும், அது போன்ற ஒரு சிறிய மேலங்கியும், ரோஜாக்கள் மற்றும் புளூம்ஸால் டிரிம் செய்யப்பட்ட தொப்பியும் இருந்தது. அவளுக்கும் மார்கஸுக்கும் ஜூன் மாதம் திருமணம் நடந்தது.

மணமகளாக அவள் வெளியே வந்த ஞாயிறு அன்று அவர்கள் தேவாலயத்திற்குத் தாமதமாக வந்தனர். ஆனாலும் தாமதமாக வந்த அவர்களைப் பார்க்க ஆர்வமுள்ள மக்கள் படிகளில் நீண்ட வரிசையில் நின்று கொண்டிருந்தனர். அவர்கள் என்ன செய்வார்கள்? மார்கஸ் வுட்மேன் தன்னுடைய சித்தாந்தத்துக்காக இவ்வளவு காலமாகப் பாதுகாத்து வந்த அந்தத் தேவாலய கதவுக்குள் நுழைவாரா?”

அவர்கள் பார்வையாளர்களுக்கு இடையே படிகளில் மெதுவாக நடந்தார்கள். அவர் உட்காரப் பழகிய இடத்திற்கு அவர்கள் வந்ததும், மார்கஸ் சிறிது நேரம் நிறுத்திவிட்டு, வேதனை நிறைந்த முகத்துடன் தன் மனைவியைப் பார்த்தார்.

"ஓ, எஸ்தர், நான் நிற்க வேண்டும்."

"சரி, நாம் இருவரும் இங்கே உட்காருவோம்."

"நீ?"

“ஆம்; நான் தயாராக இருக்கிறேன்.

“இல்லை; நீ உள்ளே போ."

“இல்லை, மார்கஸ். நம் திருமணமான ஞாயிற்றுக்கிழமை நான் உங்களுடன் அமர்ந்திருக்கிறேன்.”

அவனை நிமிர்ந்து பார்த்த அவளது கூர்மையான, நடுத்தர வயது முகம் ஓரளவு வீரமாக இருந்தது. அவளால் செய்ய முடிந்ததெல்லாம் இதுதான், அவளுடைய கடைசி ஆயுதம் பயன்படுத்தப்பட்டது. இது தோல்வியுற்றால், அவள் திருமணம் செய்து கொண்ட காரணத்தை அவள்

ஏற்றுக்கொள்வாள். மேலும் இந்தக் குழப்பமான மக்கள் அனைவரின் கண்களுக்கும் முன்பாக அவள் இந்தத் தேவாலய படிகளில் அவன் பக்கத்தில் அமர்ந்திருப்பாள். அவள் பலவீனமடையாமல் தனது முடிவில் உறுதியாக இருந்தாள்,

ஒரு கணம் அவள் முகத்தையே பார்த்துக்கொண்டு நின்றார். அருகில் இருந்தவர்கள் அதைக் கவனிக்க அவருக்கு நடுங்கத் தொடங்கியது. கம்பிக் கயிறுகள் கீழே இழுப்பது போல உண்மையில் தனது பழைய இருக்கையை நோக்கிச் சாய்ந்தார். பின்னர் ஒரு மனிதனைப் போல நிமிர்ந்து நின்று, தன் மனைவியுடன் தேவாலயத்தின் கதவு வழியாக நடந்தார்.

மக்கள் பின்தொடர்ந்தனர். அவர்களில் ஒருவர்கூடச் சிரிக்கவில்லை. ஏனென்றால், அந்த நகைச்சுவையில் உள்ள பரிதாபத்தை அவர்கள் உணர்ந்திருந்தனர்.

மார்கஸ் எஸ்தருடன் நடைபாதையில் ஏறியதைப் பீடத்தில் அமர்ந்திருந்தவர்கள் ஆச்சரியத்துடன் பார்த்தனர். அவர் பார்ப்பவர் கண்களுக்கு விசித்திரமாகத் தெரிந்தார்; ஆனால், அவர் ஒரு வெற்றியாளரைப் போன்ற பெருமிதத்தைக் கொண்டிருந்தார்.